கதை சொல்லட்டுமா

லோகேஷ்

ISBN 979-888606197-0

என்னை போல் கதைகள் மீது காதல் கொண்டவர்களுக்கும், என்னை ஆதரிக்கும் எனது வாசகர்களுக்கும் இந்த புத்தகம் சமர்ப்பணம்

பொருளடக்கம்

பொருளடக்கம்

நன்றி

என்னை பெற்றெடுத்து எனக்குள் திறமைகளை புகுத்தி என்னை இந்த புத்தகத்தை உருவாக்க தூண்டிய என் தாய் தந்தைக்கு நன்றி என்ற ஒரு வார்த்தையால் சிறப்பு செய்து விட முடியாது , நான் வாழும் இந்த வாழ்வில் நான் அடையும் ஒவ்வொரு உயரத்துக்கான பெருமைகளும் அவர்களையே சென்று சேரும்.

என் கதைகள் புத்தக வடிவாக மாற பெரிதும் உதவிய என் தோழிகள், கலைவாணி மற்றும் பெல்சி வினிதாவிற்கு, இந்த புத்தகத்தின் மூலமாக நன்றியை தெரிவிக்கிறேன்.

எனக்கு உறுதுணையாக நின்று என்னை ஊக்குவித்த என் துணைவி மற்றும் என் குடும்பத்திற்கு நன்றி மற்றும் என்னை ஆதரிக்கும் அனைத்து வாசகர் நண்பர்களுக்கும் நன்றி

வாசகர்கள் கருத்து

கதை சொல்லட்டுமா e-book படித்துவிட்டு வாசகர்கள் கூறிய கருத்து

"Different Stories with Strong topics, well-thought storyline and beautifully portrayed characters" -Anitha Ponraj

"These Short Stories make some moral, worth enough to buy and have a read,

Really a feel-good book with short stories and again I felt like I'm inside my village's library with a book written by a typical writer. This young writer gonna hit a long success in future. Wine will take a long time to get its worth"

-Gopinath

"அன்றாட வாழ்வில் நாம் கடக்கும் செய்திகள், மிகவும் யதார்த்தமான பின்னணியில் எழுதப்பட்ட கதைகள்,விவாசயம், காதல், பெண்கள் மீதான வன்முறை என மிக இயல்பான கதைகளங்களைக் கொண்டது, ஆரம்பகட்ட வாசகர்களுக்கு ஏற்றது."

- Subasreenee Muthupandi

எழுத்தாளரை அறிவோம்

லோகேஷ்

சென்னையில் வசிக்கும் இளம் எழுத்தாளர். லயோலா கல்லூரியில் கணிப்பொறியில் இளங்கலை பெற்ற இவர் தற்போது 3 குறு நாவல்கள் எழுதி சுய வெளியீடு செய்திருக்கிறார். புத்தகங்கள் வாசித்து அவற்றை விமர்சனம் மற்றும் பரிந்துரை செய்வார். சிறு வயது முதலே எழுதுவதில் ஆர்வம் கொண்ட இவர் எழுதும் திறனை மேம்படுத்த தனது 15 ஆவது வயதிலிருந்தே சிறு கதைகள் எழுதியுள்ளார். காதல், சமூகம், திகைக்க வைக்கும் கதைகள் எழுவதில் ஆர்வம் கொண்டவர். தீரா கனவு, கதை சொல்லட்டுமா என்று இரண்டு தமிழ் புத்தகங்களும் Thoughts that conquer your mind என்ற ஆங்கில புத்தகத்தையும் எழுதியுள்ளார்.

-கனிமொழி கௌதமன்

வாசகர்கள் கவனத்திற்கு

இந்த புத்தகத்தில் இடம்பெற்று இருக்கும் கதைகளும் கதா-பாத்திரங்களும் உண்மையான நிகழ்வுகளை குறிப்பிடுவது இல்லை, அனைத்தும் கதைக்காக கற்பனை செய்து உரு-வாக்கபட்டது

இப்புத்தகத்தில் வாசகர்களின் புரிதலுக்காக சில ஆங்-கில வார்த்தைகளும், தமிழில் சில ஆங்கில வார்த்தைகளும், பேச்சு வழக்கு வார்த்தைகளும் பயன்படுத்த பட்டுள்ளது.

காதல்

கதை1: மை டியர் காதலி

Welcome to the life of
most loveable
Varun and Iyalisai
Kathai Sollatuma story #1.
மை டியர்
காதலி
லோகேஷ்

1

மை டியர் காதலி

சென்னை,17 ஆகஸ்ட்,2017

"அந்த அடைமழையில் என் விரல்களில் உன் விரல்களை இணைத்திருந்தேன், என் விழியில் உன் பார்வையும் உன் விழியில் என் பார்வையும்..... கண் சிமிட்ட அந்த பார்வை நம் காதலை காட்டின, இதழ்களில் மௌனம் ஆனால் நீ சொல்ல நினைக்கும் அந்த வார்த்தை என் மனம் முன்பே அறிந்தது , கோர்த்த கைகளை பிரிக்க மனமில்லை, உன் விழிகளில் என் காதல் கண்டேனே அன்று."

சென்னை பப்ளிக் பள்ளி ,3 வருடங்களுக்கு முன்

"வாழ்க்கையில் எல்லோருக்கும் மறக்க முடியாத விஷயம் முதல் காதல், என் வாழ்க்கையிலும் அப்படிதான், அது இந்த பள்ளியில் தான் ஆரம்பித்தது, நான் வருண் , சுமாரா படிக்குற பையன் , பொண்ணுங்க கிட்டலாம் பேச கூச்ச படும் ஒரு பழம் தான் நான் , என் நண்பர்களும் எனக்கு வைத்த பெயர் அது தான்,

மனித வாழ்க்கை எப்போ எப்படி மாறுமும் யாராலும் கணிக்க முடியாது அப்படி அன்று மாறியது என் வாழ்க்கை.

இயலிசை, எங்க கிளாஸ் பொண்ணுதான் , ரொம்ப அழகானவள் , மத்த பசங்க கண்ணனுக்கு எப்படினு தெரியல ஆனால் என் கண்களுக்கு அப்படி தான் தெரிந்தாள் , நான் பார்த்த பெண்களிலே அமைதியும் அழகும் ஒன்றாக அமைந்தவள்,

நான் ஒரு எழுத்தாளன் என்பதால் அதிகம் தனிமையை விரும்புகிறவன் அதை போல் ஒரு நாள் தனியாக இருக்கும் போது அவள் என் அருகில் வந்தாள்.

"வருண், ஏன் நீ நிறைய நாள் தனியாகவே இருக்க, நான் பார்க்கும்போதெல்லாம் நீ தனியாகவே இருக்க ஏன் ?" என்று கேட்டாள். நான் இரண்டு நிமிடம் பேசவில்லை ,உண்மையை சொன்னால் எனக்கு பேச்சு வரவில்லை

"நீ சட்டென்று கேட்டதும் எனக்கு வார்த்தை வரவில்லை, நீயே வந்து என்னிடம் பேசுவ என்று நான் கனவில் கூட நினைத்தது இல்லை, " என்று சிறு புன்னகையுடன் சொன்னேன்.

"ஏன், நான் பேச கூடாத ?" என்று கேட்டாள்.

"ஹே, அப்படியெல்லாம் ஒண்ணுமில்லை பொதுவாகவே எந்த பெண்ணிடமும் நான் பேசுனது கிடையாது, நீ தான் முதல்" என்றேன்.

"சரி, வருண் நாளைக்கு பாப்போம், எனக்கு நேரம் ஆகிவிட்டது" என்று சொல்லி விட்டு கிளம்பினாள்.

முதல் முதலில் ஒரு சக வயது பெண்ணிடம் பேசிய உணர்ச்சி புதிதாக இருந்தது, இதற்கு முன்பு உணராத ஒரு உணர்ச்சி அது.

அடுத்த நாளில் இருந்து என்னை பார்க்கும்போதெல்லாம், ஒரு புன்னகையை அவள் முகத்தில் கண்டேன், புன்னகையுடன் ஒரு ஹாய் சொல்வாள், யாரிடமும் பேசாத அவள் தினமும் என்னிடம் மட்டும் பேசுவது அவளுக்கு நான் ஏதோ ஸ்பெஷல் போல் ஒரு உணர்வை தந்தது, ஆனால் நண்பர்களிடையே, ஒரு சந்தேகம் வர ஆரம்பித்தது, ஒருவேளை இருவருக்கும் இடையில் காதல் மலர்கிறதோ என்று,

என்னை கேட்டால் அவளுக்கு என் மீது அப்படி ஒரு உணர்வு இருந்தால், இந்த உலகத்திலே நான் தான் சந்தோஷமான மனிதனாக இருப்பேன்.

காதலர் தினம் -2014

இந்த நாள் தான் நமக்கான நாள் இல்லையே, இந்த நாளுக்கும் நமக்கும் சம்மந்தமே இல்லை என்று, போன வருடம் வரை இருந்தேன், அன்று எனக்கே தெரியாமல் என் ஃபேகில் ஒரு கிரீட்டிங் கார்டு இருந்தது,

அதில், "உன் தனிமையின் மௌனம் போல் நான் உன்னுடன் இருப்பேன்", என்று எழுதி இருந்தது.

இதை எழுதியது இயலிசையாக இருக்குமோ ? என்று யூகிக்க ஆரம்பித்தேன், ஒரு சந்தேகத்துடன் அவளை பார்த்தேன்.

இன்று, அவள் என் கண்களுக்கு வித்தியாசமாக தெரிந்தாள், மற்ற நாட்களை விட மிக அழகாக தெரிந்தாள்,என்னை அவள் பார்க்கும்போது அவள் முகத்தில் புன்னகை நிறைந்து இருந்தது, அந்த கிரீட்டிங் கார்டை தூக்கி காட்டினேன், அதை பார்த்தவுடன் சிரிப்புடன் தலையை ஆட்டினாள் ......அது தான் என் வாழ்வில் நான் கொண்டாடிய முதல் காதலர் தினமாக மாறியது

இதயங்கள் இணைந்த முதல் நாள்

அன்று, லேட்டாக கிளம்பி அவசர அவசரமாக ஓடி வந்து வாசலில் நின்றேன். நான் வருவதற்கு முன்பே கிளாஸ் நடக்க ஆரம்பித்துவிட்டது, ஓடி வந்ததில் மூச்சு இளைக்க வகுப்பின் வெளியே நின்று கொண்டு இருந்தேன், ஒரு ஐந்து நிமிடங்களுக்கு பிறகு யாரோ என் அருகில் நிற்பதுபோல் உணர்ந்தேன், கழுத்தை திருப்பி பார்த்தேன், அருகில் அவளும் மூச்சு இளைக்க நின்று கொண்டு இருந்தாள்,இருவரும் ஒருவரை ஒருவர் பார்த்து சிரித்துக்கொண்டோம், ஒரே நேரத்தில் ஒன்றாக காலை எடுத்து வைத்து உள்ளே சென்றோம்.

நெருங்கிய நண்பர்கள் தவிர வேறு யாருக்கும் நாங்கள் காதலிக்குறோம் என்பதை தெரியாமல் பார்த்துக்கொண்டோம்,

அவளின் காதலால் என் வாழ்க்கை கொஞ்சம் கொஞ்சமாக அழகாக மாற தொடங்கியது, ஆனால் ஒருமுறை கூட அவள் என்னை

காதலிக்குறேன் என்ற வார்த்தையை சொன்னது கிடையாது நானும் அவளிடம் சொன்னது இல்லை ஆனால் இருவரின் மனமும் அதை அறியும். காதல் வார்த்தைகளில் இல்லை நாம் காதலிப்பவர்களுக்காக செய்யும் செயலில் தான் உள்ளது என்பதை நன்கு உணர்தோம் எங்க-ளின் செயல்களும் அதையே பிரதிபலித்தது.

அவளுடன் நான் செலவிட்ட நாட்கள் கவிதையை போல் இருந்தது, என் வாழ்வில் மறவா நாட்களாக அது இருந்தது.

சில நேரங்களில் எனக்கு சந்தேகங்கள் எழும் ,"இந்த வயதில் வந்து இருக்கும் இந்த உணர்ச்சி காதல் தானா ?"என்று, அந்த சந்தேகத்தை தீர்க்கும் விதமாக அமைந்த நாட்கள் தான் அவள் ஊருக்கு சென்ற நாட்கள், என் மனதில் ஒரு வலி , போகாதே என்னுடனே இரு என்று எ அவள் கைகளை பிடித்துக்கொள்ள வேண்டும் என்று தவித்தேன், ஆனால் அவள் போக வேண்டிய கட்டாயத்தில் இருந்தாள், அரை-யாண்டு தேர்வுகள் முடிந்து பதினோரு நாட்கள் விடுமுறையும் அவள் ஊரில் தான் இருந்தாள், அந்த பதினோரு நாட்களும் ,ஒவ்வொரு நாள் கடப்பதும் ஒரு யுகத்தை கடப்பது போல் உணர்ந்தேன், இந்த பிரிவில் தான் என் வாழ்வில் முதல் முதலில் தனிமையையும் , வெறுமையையும் உணர்ந்தேன், அந்த நேரம் எங்களிடம் போன் கூட இல்லை, அவள் குரலை கூட கேக்க முடியாத நிலையில் இருந்தேன், அவளை பார்ப்ப-தற்கான ஏக்கம் நாளுக்கு நாள் அதிகரித்தததது ,பதினோரு நாட்களுக்கு பிறகு அவளை கண்டேன்.

முதல் நாள் அவளை பார்க்கும்போது இருந்த அதே உணர்ச்சியை தான் இன்று மீண்டும் உணர்ந்தேன், அவள் கண்களை பார்த்தவுடன் முதலில் கண்ணீர் தான் வந்தது ஆனால் உதடுகளில் புன்னகை நிறைந்து இருந்தது, அவள் முகத்திலும் அதே உணர்ச்சியை கண்டேன், அவளை கட்டி அணைக்க நினைத்தேன் ஆனால் அவளே ஓடிவந்து என்னை கட்டியணைத்தாள்.

இந்த தருணம் என்னை ஒரு கவிதையை எழுத தூண்டியது

“காதலை தேடினேன் கண்களை மூடினேன் ,கனவினில் கண்டேன் உன் கருவிழிகளை,

கண்ணீரும் தந்தாய் காயங்கள் தந்தாய் ,துடைத்திட காதலும் தந்தாயடி,

உறவென நீ தான் ,உனக்கென நான் தான் , உன் உள்ளம் அறியுமோ என் உணர்ச்சியை ,

நீ மௌனத்தில் சொன்னாய் நான் வார்த்தையில் சொல்கிறேன் ",

" நீயே என் வாழ்வின் பாதியாக வேண்டுமென்று "

பள்ளி வாழ்க்கை முடியப்போகிறது என்று நினைக்கும்போது ரொம்ப கஷ்டமாக இருந்தது, முடி வெட்டச்சொல்லும் பி.இ.டி வாத்தியார், ரம்பம் போடும் கணக்கு வாத்தியார்,அந்த கடைசி பெஞ்ச் அரட்டைகள், காதலி கூட உக்கார்ந்து நேரம் கழித்த நினைவுகள் நிறைந்த படிக்கட்டுகள், பொய் இல்லாத நட்பு மற்றும் புன்னகை, இதையெல்லாம் விட்டு பிரியும் மனமே இல்லை. அதை விட முக்கியமான விஷயம் இனி எப்படி நான் இயலுடன் பேச போகிறேன் என்று தெரியவில்லை.

பள்ளியின் ஒவ்வொரு இடத்திலும் எங்களின் காதல் ஞாபகங்கள் நிறைந்து இருந்தது, போன் இல்லாமல் எப்படி அவளிடம் பேசுவது, அவள் முகம் பார்க்காமல் இருக்கும் அந்த 2 மாதங்கள் வாழ்வில் இதுவரை சுமக்காத அளவிற்கு வலிகளை சுமந்தது என் மனம்.

விடுமுறை நாட்களில் ஒரு நாள் எதேர்ச்சியாக அவளின் தோழியை சந்தேத்தேன், அவளிடம் விசாரித்ததில் இயல் எந்த காலேஜ் சேர போகிறாள் என்பது தெரியவந்தது ,அது ஒரு ஆர்ட்ஸ் அண்ட் சயின்ஸ் காலேஜ்,

மறுநாள் நானும் அதே காலேஜில் சேர போவதாக அப்பாவிடம் சொன்னேன், வீட்டில் எதிர்ப்புகள் கிளம்பியது, நான் இன்ஜினியரிங் படிக்க வேண்டும் என்பது அவர்களின் ஆசை என்பதால். ஆனால் நான் மிகவும் பிடிவாதமாக இருந்தேன், என் எதிர்காலம் வீணாகிவிடும் என்று அறிவுரைகள் சொன்னார்கள் ஆனால் என் மனதில் அவள் தான் என் எதிர்காலம் என்று ஆழ பதிந்து இருந்தது அதனால் வீட்டின் முடிவை எதிர்த்து அவள் சேர்ந்த அதே ஆர்ட்ஸ் அண்ட் சயின்ஸ் காலேஜில் சேர்ந்தேன், சேர்ந்த முதல் நாளே வீட்டில் கேட்டு புதிதாக ஒரு போன் வாங்கினேன்.

ஒரு வாரம் ஆனது அவள் எந்த டிபார்ட்மென்ட் , எந்த வகுப்பு என்பதை கண்டுபிடிக்க, சரியாக 2 மாதங்கள் 20 நாட்களுக்கு பிறகு அவளை கண்டேன், அவளும் என்னை பார்த்தாள் ஆனால் அவள் என்னை யாரோ தெரியாத நபரை பார்ப்பது போல் கடந்து சென்றாள், அன்றும் என்னால் அவளிடம் பேச முடியவில்லை , அவள் என்னை அப்படி பார்த்தும் பார்க்காதது போல் சென்றது மனதில் பெரிய பாரத்தை ஏற்படுத்தியது, இத்தனை நாட்களாக அவளை பார்க்காத வலியை விட இது மிகவும் கொடுமையாக இருந்தது.

அடுத்த நாளே கோபத்துடன் சென்று அவளை சந்தேத்தேன்,

"நேற்று ஏன் அப்படி நடந்துக்கிட்ட ?" என்று கேட்டேன்.

"போதும் வருண், இந்த 2 மாதங்கள் நான் பட்ட வலியே போதும், நீ இல்லாமல் என் வாழ்க்கையில் சந்தோசமே இல்லை, ஆனால் நீ ஒரு முறை கூட என்னை பார்க்க வரவில்லை, இனி நானும் மாறவேண்டும் நீ இல்லாமல் இருக்க கற்றுக்கொள்ள வேண்டும் " என்றாள்.

அவள் இதை சொன்னதும் அவள் என் மீது வைத்துள்ள பாசத்தை நினைத்து நான் முதலில் சந்தோஷப்பட்டேன், பிறகு என் பக்கத்தில் இருக்கும் நியாயத்தை எடுத்து சொன்னேன்.

"ஹே, லூசு, நானும் 2 மாதங்களாக அதே கஷ்டம் தான் அனுப-வித்தேன், நீ இந்த காலேஜ் தான் சேர்ந்து இருக்க என்பதை தெரிந்து கொண்டு பிறகு வீட்டில் பெரிய போராட்டத்திற்கு பிறகு தான் இங்கே சேர்ந்தேன்".

அவள் என் மீது சாய்த்து அழ தொடங்கினாள் , ஒரு குழந்தை-போல்.

"இனி, இதை போல் என்னை பிரிந்து போகாதே " என்றாள், நானும் அவள் கையை பிடித்து நம்பிக்கை கொடுத்தேன்.

அதன் பிறகு நாட்கள் நன்றாவே நகர்ந்தது, எங்கள் இருவருக்கும் இடையில் இருக்கும் காதல் எங்கள் வாழ்வை அழகாக மாற்றியது.

பிறகு என்ன காரணம் என்றே தெரியவில்லை ஆனால் மீண்டும் என்னை நிராகரிப்பதுபோல் நடந்து கொள்ள ஆரம்பித்தாள், அதற்கு அவள் சரியான காரணமும் சொல்லவில்லை, எங்களின் நடுவில் மௌனங்கள் அதிகரித்தது, ஏதோ கடமைக்கு பேசுவதுபோல் பேச ஆரம்பித்தாள், என்ன காரணம் ஏன் இப்படி நடந்துகொள்கிறாள் என்-பது தெரியாமல் குழம்பி நின்றேன், அவள் தோழிகளிடம் விசாரித்தேன்

யாருக்கும் எதுவும் தெரியவில்லை அவள் ஏன் இப்படி நடந்துகொள்கிறாள் என்று, 2 வாரங்களாக காலேஜிக்கும் வரவில்லை, நேரில் சந்திக்கும் வாய்ப்பும் கிடைக்கவில்லை.

> *"நாட்கள் மிகவும் கொடுமையாக இருந்தது, காரணமே இல்லாமல் நம்மை வெறுக்கும் போது வரும் வலியும், கோபமும் மிக கொடியது"*

2 வாரங்களுக்கு பிறகு அவள் என்னை தேடி வந்தாள், இருவரும் சந்தித்தோம், சில நிமிட மௌனத்திற்கு பிறகு அவள் வாயில் இருந்து வந்த முதல் வார்த்தை,

"வருண், நாம் நிரந்தரமாக பிரிந்து விடலாம் அது தான் இனி நமக்கு நல்லது" என்றாள்.

எனக்கு அதிர்ச்சியாக இருந்தது, என்ன காரணம் என் இப்படி சொல்லுகிறாள் என்று தெரியவில்லை, அவள் கண்களில் இருக்கும் கண்ணீரை பார்த்தால் இந்த வார்த்தைகள் அவள் மனதில் இருந்து வந்தது போல தெரியவில்லை

ஒரு நிமிட இடைவேளைக்கு பிறகு அவளே பேச ஆரம்பித்தாள்,

"வீட்டில், அம்மா அப்பாவிடம் நாம் காதலிக்கும் விஷயத்தை சொன்னேன், அதற்கு அவர்கள் ஒத்துக்கொள்ளவில்லை,

அதனால் நாம் பிரிவதே சரியான முடிவு என்று நினைக்குறேன்" என்று வலியும் கண்ணீரை துடைத்துக்கொண்டே சொன்னாள்.

"நானும் அவர்களை ஒத்துக்கொள்ள வைக்க எவ்வளவோ போராடி பார்த்தேன் ஆனாலும் அவர்கள் ஒத்துக்கொள்ளவில்லை, என்னை மன்னித்துவிடு" என்று சொல்லிவிட்டு என் பக்க உணர்வுகளை கேட்காமலே நடந்து சென்றாள்.

அடுத்த நாளில் இருந்தே அவளுடன் பேச முடியாமல் போனது, பல முறை போன் ஸ் செய்தும் அவளிடம் பேச முடியவில்லை, அவளை தேடி அவள் வீட்டிற்கே சென்றேன் அங்கும் எனக்கு ஏமாற்றம் தான் கிடைத்தது, அவள் குடும்பத்தின் வேறு ஊருக்கு சென்று விட்டாள் என்ற தகவல் தான் கிடைத்தது.

என் வாழ்க்கையில் நான் இழந்த பெரிய விஷயம் காதல் தான், அதன் பிறகும் எனதனையோ முறை அவளிடம் பேசுவதற்காக போன் செய்தேன், ஒரு முறை கூட அவளின் குரலை கேட்க எனக்கு அதிர்ஷ்டம் கிடைக்கவில்லை.

அடுத்த ஒரு வாரத்திற்கு என் வாழ்வில் எதுவும் சரியாக நடக்கவில்லை, வாழ்க்கையை வெறுமை சூழ்ந்து இருந்தது,வாழ்க்கையின் மீதே நம்பிக்கையை இழந்த ஒருவன் போல் ஆனேன், நாட்கள் கடக்க கடக்க அவளின் பிரிவை மனம் ஏற்றுக்கொள்ள தொடங்கியது.

நம்பிக்கை இழந்த என் வாழ்வில் ஒரு சிறு ஒளியாக இருந்தது என் எழுத்துக்கள் தான் , ஆம், மீண்டும் எழுத தொடங்கினேன்,மீண்டும் பேனாவை எடுத்தேன், நீண்ட நாட்களுக்கு பிறகு, என் காதலே நான் எழுதுவதற்கு பெரிய உந்துசக்தியாக இருந்தது,என் காதலையும் அதன் வலிகளையும் கதையாக மாற்ற ஆரம்பித்தேன்,அந்த கதையில் என் காதலின் ஆழத்தை உணர்த்தும் விதமாக சில கவிதைகளையும் சேர்த்து ஒரு புத்தகமாக வெளியிட்டேன்.

நண்பர்கள் என் புத்தகத்திற்கு நல்ல ஆதரவை தந்தனர், கல்லூரி முழுவதும் என் புத்தகம் நல்ல வரவேற்பை பெற்று, அனைத்து மாணவர்களுக்கும் தெரியும் ஒரு முகமாக என்னை மாற்றியது, நான் எழுதும் ஒவ்வொரு வார்த்தைக்கும் பின்னால் அவளும், எங்களின் காதலும் தான் இருந்தது.

அந்த புத்தகத்தை படித்தாவது அவள் என்னை தேடி மீண்டும் வருவாள் என்று நினைத்தேன் ஆனால் அது நிறைவேறவில்லை.

அடுத்த அடுத்த புத்தகங்கள் என்னை ஒரு சிறந்த எழுத்தாளர் ஆகா மக்களிடம் கொண்டு சேர்த்தது, காலேஜ் கல்ச்சுரல்ஸில் எனக்கு ஒரு சிறிய பாராட்டு விழாவை தயார் செய்ய பிரின்சிபால் முடிவு செய்து சொன்னார் அது எனக்கு மிகவும் மகிழ்ச்சியை தந்தது.

17, ஆகஸ்ட் 2017.....

அன்று தான் காலேஜ் கல்ச்சுரல்ஸ், இன்று முதல் முதலில் எனக்கு ஒரு பெரிய அங்கீகாரம் கிடைக்க போகும் நாள் சற்று பற்றமாகவே இருந்தேன், கண்ணாடி முன் நின்று என் முகத்தை பார்த்தேன், நான் கடந்து வந்த பாதைகள் என் மனதில் ஓடிக்கொண்டு இருந்தது, அவளுடன் இருந்த அந்த நாட்களும் அவை மனதில் தோன்றும் போது,கண்கள் கலங்கி கண்ணீர் வந்தது, இன்று, மொத்த காலெஜ்யும் என்னை

வாழ்த்த போகிறது ஆனால் அவள் என் அருகில் இல்லை என்ற எண்ணம் எனக்கு வலியை தான் தந்தது, எனது இந்த வெற்றிக்கு அவளுக்கும் பெரிய பங்கு இருக்கிறது.

மொத்த மாணவர்களும் ஆடிட்டோரியத்தில் கூடி இருந்தனர்,கல்லூரி முதல்வர் மேடையில் என் பெயரை அறிவித்ததும், பலத்த கரகோஷங்களும் கைதட்டும் சத்தமும் காதை கிழித்தது, நண்பர்களுடன் கடைசி வரிசையில் அமர்ந்து இருந்தேன், என் பெயரை கேட்டவுடன் எழுந்து மேடையை நோக்கி நடந்தேன், மொத்த மாணவ மாணவிகளின் பார்வையும் என் மீது தான் இருந்தது, நான் ஏதோ ஒரு ஹீரோவை போல் உணர்ந்தேன் அந்த தருணம், மேடை மேலே ஏறி பேசினேன் எல்லோருக்கும் நன்றிகள் சொன்னேன், அங்கே மேடை மீது இருப்பவர்கள் என்னை பற்றியும் என் புத்தகத்தை பற்றியும் புகழந்தனர், என் அருகே அவள் இருந்து இருந்தால் என் வாழ்விலே இது தான் சந்தோஷமான நாளாக இருக்கும்.

இயலிசை:

"அன்று, அவன் எனக்கு ஒரு சத்தியம் செய்து கொடுத்தான் என்னை இனி பிரிய மாட்டேன் என்று ஆனால் என்னால் அந்த சத்தியத்தை அவனுக்கு கொடுக்க முடியவில்லை, அன்று அவன் சொல்லும் போது நாமும் அதை கடைபிடிக்க வேண்டும் என்று தான் நினைத்தேன், வாழ்வை திருப்பி போட்டது ஒரு நாள், அன்று காலேஜ் முடித்துவிட்டு வீட்டிற்கு வந்தேன் கொஞ்ச நேரம் தலை சுற்றுவது போல் உணர்ந்தேன், அம்மாவிடம் சொல்லி அவர்களை என் அருகில் வரும்முன்னே வாந்தி எடுத்தேன் ரத்தமாக, அதை பார்த்தவுடன் அம்மா பதறியடித்து வந்தார், மயங்கி கீழே விழுந்தேன், கண் விழிக்கும் போது ஹாஸ்ப்பிட்டல் பெட் -இல் படுத்து இருந்தேன், என்ன ஆச்சு ஏன் இங்கே இருக்கிறேன் என்று அம்மாவிடம் கேட்டேன், சாதாரண பிரச்சனை தான் கொஞ்ச நாளில் சரி ஆகிவிடும் என்று சொன்னார், நானும் நம்பி தைரியமாக இருந்தேன்,மூன்று நாட்களில் வீட்டிற்கு அனுப்பி வைத்தனர், ஒரு நாள், ஏதேச்சியாக எனக்கு எடுத்த டெஸ்டின் ரிசல்ட்யை பார்த்துக்கொண்டு இருந்தேன் அதில் என்னவாக இருக்கும் என்று தெரிந்து கொள்ளும் ஆர்வத்தில் கூகுள் செய்து பார்த்தேன், அது மனதை கனமாகும் செய்-

தியை தந்தந்து, ***பிளட் கேன்சர் ஸ்டேஜ் 2*** என்று கண்ணில் கண்ணீரு-டன் அம்மாவின் மடியில் படுத்தேன்.

அழாதடா, செல்லம் எல்லாம் சரி ஆய்டும் என்று எனக்கு நம்-பிக்கை கொடுத்தார், இந்த விஷயத்தை எப்படி வருணிடம் சொல்வது என்று யோசித்தேன், பிறகு என் மனதை மாற்றிக்கொன்டேன், இதை சொல்ல கூடாது என்று அவன் என்னுடைய சிறிய பிரிவை கூட தாங்-கிக்கொள்ள மாட்டேன், இதில் காதலித்து கொண்டே இருக்கும் போது இறந்து நிரந்தரமாக பிரிந்தால் அவனால் தாங்கிக்கொள்ள முடியாது அவனது வாழ்க்கையே வீண் ஆகிவிடும் என்னை நினைத்துகொன்டே அவன் வாழக்கையை அவன் இழந்து விடுவான் அதனால் அவனிடம் இருந்து பிரிய வேற காரணம் சொல்லி பிரிந்தேன், தற்போது அவன் அதில் இருந்து மீண்டு விட்டான் அவன் ஜெயித்து விட்டான், நான் பிரிந்தாலும் அவன் என்ன செய்கிறான் எப்படி இருக்கிறான் என்று தூரத்தில் இருந்து பார்த்துக்கொண்டும் நண்பர்களிடம் கேட்டு கொண்-டும் தான் இருந்தேன், அவன் எழுதிய அணைத்து புத்தகங்களையும் படித்தேன் அதில் அவனின் காதலில் ஆழம் இன்னும் எனக்கு நன்றாக தெரிந்தது, இப்போது அவன் ஜெயித்த இந்த தருணத்தை கூட்டத்தில் ஒருத்தியாக நின்று கொண்டு பார்த்து கொண்டு இருக்கிறேன், இதுவே எனக்கு போதும், என் சோகங்கள் என்னுடனே கடந்து போகட்டும்.

வருண் :

"என் கண்கள் காண்பது நிஜம்தானா என்பதை கிள்ளி பார்த்தேன், கண்ணை நன்றாக துடைத்துவிட்டு பார்த்தேன் ஆமாம் என் இயலிசை தான் அது கூட்டத்தில் ஒருத்தியாக நிற்கிறாள், அவளை கண்டவுடன் மேடையில் இருந்து இறங்கினேன் ஆனால் நான் கீழே வருவதற்குள் அவள் கிளம்பி விட்டாள் கீழே வந்து சுற்றி முற்றி தேடினேன் அவள் இல்லை அப்போது என் தோள்பட்டையின் மீது யாரோ தொடுவது போல உணர்ந்தேன், வருண் நான் வர்ஷா இயலோட தோழி, உன்கிட்ட தனியாக பேசணும் என்றாள் நானும் சென்றேன். அப்போது அவள் இயல் தற்போது கடந்து வரும் நோய் பற்றி சொன்னாள், அவள் உனக்கு தெரியக்கூடாது என்று நினைத்து இருந்தாள் ஆனால் உன் காதல் இல்-லாமல் அவள் இந்த நோயுடன் தினம் தினம் போராடுவதை பார்க்க

மிகவும் கஷ்டமாக இருந்தது, உன் புத்தகங்களை படித்தேன் நீ அவள் மேல் வைத்திருக்கும் காதல் தான் அவளுக்கு மருந்தாகவும் வாழ்க்கை வாழ ஒரு நம்பிக்கையாகவும் இருக்கும் என்று நினைத்தேன் அதனால் தான் சொன்னேன்" என்றாள் .

அவள் இதை சொன்ன உடன் என் கண்களில் இருந்து கண்ணீர் தான் வந்தது, மனம் பாரமாகி விட்டது, வேறு எதையும் கேட்கவில்லை ,"இயல் இப்போ எங்கே இருகுகிறாள் ?", அவளும் கையை நீட்டி காட்டினாள், ஓடினேன்

“ அந்த அடைமழையில் என் விரல்களில் உன் விரல்களை இணைத்திருந்தேன், என் விழியில் உன் பார்வையும் உன் விழியில் என் பார்வையும்..... கண் சிமிட்ட அந்த பார்வை நம் காதலை காட்டின, இதழ்களில் மௌனம் ஆனால் நீ சொல்ல நினைக்கும் அந்த வார்த்தை என் மனம் முன்பே அறிந்தது , கோர்த்த கைகளை பிரிக்க மனமில்லை, உன் விழிகளில் என் காதல் கண்டேனே அன்று.

உன் இதழும் என் இதழ்களும் சேர்ந்தது அன்று ,நம் மனம் மீண்டும் இணைந்தது ......”

கதை 2:கண்மணி அன்போடு காதலன்

2

கண்மணி அன்போடு காதலன் (காதலை உணரும் ஒரு குறுங்கதை)

"சில ஆசைகள் வெளியே சொல்லாமல் மனசுக்குள்ளே வச்சு வச்சு நெனச்சு பார்க்கிற சுகமே தனிதான் அது மாதிரி ஆசைகளை உன்னிடம் மட்டுமே பகிர தான் ஆசை, உன் கண் பார்த்து சொல்லவே ஆசை அதற்காக காத்திருக்கும் உன் காதலி"

சின்ன சண்டைகாக இனி நாம் பிரிந்திடலாம் என்று சொன்ன காதலியின் மனதில் இருந்து வந்த

இந்த மெசேஜை பார்த்ததும் லாவினின் கண்கள் கலங்கின, பல நாட்களாக பார்க்காமல் இருக்கும் தன் காதலியின் ஏக்கத்தை உணர்ந்தான்,

ஆனால் இயற்கையும் சூழ்நிலையும் அவனுக்கு சாதகமாக இல்லை, நாளுக்கு நாள் கொரோனா வைரசின் தாக்கம் அதிகம் ஆகி கொண்டே சென்றது.

காதலியின் கண்களை நேரில் பார்க்க முடியாத நிலை, காரம் கோர்த்து பேச முடியாத தருணங்களும் நீடித்து கொண்டே சென்றது.

மெதுவாக வழக்கங்கள் மாறத்தொடங்கியது, மெஸேஜின் மூலம் பேசும்போது பேச்சும் குறைய ஆரம்பித்தது, அதை இருவரும் உணர தொடங்கினர், மௌனங்கள் அதிகரித்தது.

"மீண்டும் உன் கண்களை கண்டு மறுபடியும் காதலில் விழவே என் மனம் விரும்புதே" இதை போல் குரல் அவன் மனதில் ஒளித்து கொண்டு இருந்தது.

சிறு சிறு விஷயங்களுக்காக சண்டை போடும் இருவருக்கும், அது போல இப்போது சண்டை போட தோணவில்லை இந்த இடைவெளி இருவருக்கும் நடுவில் ஒரு புரிதலை ஏற்படுத்தியது, ஒருவரின் ஒருவர் அருமையை உணர்த்தியது,

வார்த்தைகள் இன்றி மௌனங்களே இருவரையும் புரிந்து கொள்ள வைத்த அந்த நாட்கள்.

சிறு பிரிவு ஆனால் மனதில் ஆழ பதிந்திருக்கும் காதலை வெளியே கொண்டு வந்தது

தளர்வுகள் அறிவிக்கப்பட்டது, இருவரும் தங்களின் காதலுக்கு உரி-யவர்களை சந்திக்க கிளம்பினார்கள்.

மனம் முழுதும் காதலுடன், பிரிவிற்கு பிறகு மறுபிறவி பெற்று....

மீண்டும் அவள் கண்களை கண்ட அந்த தருணம் அவள் மனதில் இருக்கும் ஆசைகளை அவள் சொல்லாமலே அவன் மனம் அறிந்து கொண்டது.....

அவளை அணைத்து கொண்டன் தன் இரு கரங்களில் கோவத்தில் சிவந்து அன்று சென்ற அவள் கண்களில் இன்று ஆனந்த கண்ணீர்.....

கதை 3:பேசா மௌனங்கள்

3

பேசா மௌனங்கள்

சென்னை , டிசம்பர் 5, 2016

கிறீன் பசிபிக் ஹோட்டல்

நான் பூர்வி, இங்கே என்னை சுற்றி நடக்கும் விஷியம் எதுவும் என் வாழ்வில் சம்பந்தம் இல்லாதது, எனது அழகான வாழ்க்கை நேற்று திருப்பம் பெற்றது, இங்கே என்னை சுற்றி எனக்கு தெரியாத இருவர் என்னிடம் நேற்று நடந்த ஒரு கொலை சம்பவத்தை பற்றி கேட்டுக்கொண்டு இருக்கின்றனர். ஆனால் நேற்று நான் கொலையை பார்க்கவில்லை கொலைக்கு பிறகு அங்கு இருந்த தலையில்லா ஒரு பெண் சடலத்தை நான் பார்த்தேன், எனக்கும் அதை பார்த்ததை இவர்களிடம் கூற வேண்டும் என்பது தான் ஆசை ஆனால் நான் மௌனம் காக்கிறேன்.

கொலை வேறு எங்கும் நடக்கவில்லை நான் தங்கி இருந்த அறைக்கு பக்கத்து அறையில் தான், இன்று ஒரு இரவு நான் என் அறையில் தான் தங்க வேண்டும். எனக்கு தனியாக இருப்பது கடினம் அல்ல 23 வருடங்களாக வாழ்க்கையில் தனியாக தான் இருக்கிறேன். ஆனால் இன்று ஏதோ ஒரு பயம், ஏன் என்றால் இது எனக்கு ஒரு புதிதான ஊர் மற்றும் புதிதான இடம்.

ஆமாம் நான் சென்னை பொண்ணு இல்லை, ஆனால் தமிழ் தான் தாய்மொழி. என்னை வளர்த்தது ஒரு தமிழ் குடும்பம், நான் ஒரு கேரளத்து பெண், ஆனால் தமிழச்சி தான், என் தாய் தந்தை இறந்த பிறகு என்னை 7-வயது வரை ஒரு தமிழ் குடும்பம் கேரளாவில் வளர்த்தது, அந்த தம்பதிக்கு குழந்தைகள் கிடையாது என்னை 3-வயதில் கேரளா Charity Foundation என்ற அனாதை ஆசிரமத்தில் இருந்து என்னை தத்து எடுத்து கொண்டனர். என்னால் பேச முடியாது என்று தெரிந்தும் என்னை வளர்த்தனர், ஆனால் எனது ஏழாவது வயதில் ஒரு விபத்தில் அவர்களையும் இழந்தேன்,

அதன் பிறகு மீண்டும் அதே Charity Foundation-யில் சேர்ந்தேன். அவர்கள் எனக்கு கல்வி வழங்கினர். பனிரெண்டாம் வகுப்பு முடித்தவுடன் அந்த Foundation-யில் இருந்து வெளியே வந்து தனியாக வாழத்தொடங்கினேன், நாட்கள் ஓடின வேலை செய்து கொண்டே படித்தேன். இளங்கலை முடித்தேன், வாய்பேச முடியாதலால் நண்பர்கள் வட்டமும் சிறிது. துணையில்லாமலே வாழ்ந்துவந்த எனக்கு இன்று என் இரவை கழிக்க ஒரு பயம், நேற்று நடந்த சம்பவத்தால்.

இதையே போல் ஒரு தனிமைநிலையை இதற்கு முன்பு உணர்ந்து இருக்கிறேன்,

தனிமையை நாமே எடுத்துக்கொண்டால் அது வலி தராது ஆனால் நமக்கு மிகவும் பிடித்த ஒருவர் தரும் போது அந்த வலிக்கு தீர்வு காண்பது கடினம், சொல்லப்போனால் அந்த தனிமைக்கு தீர்வாகவே நமக்கு பிடித்தவர்கள் தான் இருப்பார்கள்.

இன்று, ஜனவரி 27,2016,கொச்சி,கேரளா,

ஐடியல் கலை அறிவியல் கல்லூரி:

“MBA இரண்டம் வருடத்தில் ஒரு நாள்... ஒரு ரொம்ப அழகான வானிலை , குளிர்ந்த இதமான காற்று வீசிக்கொண்டு இருந்தது, அன்று ஒரு புத்துணர்ச்சியுடன் கிளாஸ்க்கு சென்றேன், அன்று என் வாழ்வை திருப்பிப்போடும் நாள் என்று எனக்கு தெரியாது, கிளாஸ்ரூமில் என் பெஞ்ச்ல ஒரு போன் நம்பர் எழுதி இருந்தது. அது இதற்கு முன்பு

நான் பார்த்ததில்லை அது யாருடையது என்று அறிவதில் ஆர்வம் இருந்தாலும், அந்த நம்பர்க்கு கால் பண்ணாமல் அந்த நம்பரை unknown என்று என் போனில் பதிவு செய்தேன். அன்று எல்லோருக்கும் கிளாஸ்ல் டெஸ்ட் பேப்பர் கொடுத்தார்கள் என் பேப்பரில் நான் எழுதாத ஒரு வாசகம் ஒன்று இருப்பதை பார்த்தேன்.

அதில் “உன்னால் பேச முடியாது என்று யார் சொன்னது. உன் கணங்களின் பாஷை மொழிகளை விட அழகாக உள்ளது” என்று எழுதியிருந்தது.

இதை யார் எழுதியது என்று சுற்றி பார்த்தேன். அது தமிழில் எழுதி இருந்தது. இங்கு பாதி பேருக்கு தமிழ் தெரியாது. அப்புறம் யார் எழுதியது என்று யோசிக்க வைத்தது. இதை பற்றி தோழிகளிடம் கூட கூறவில்லை. வீட்டிற்கு சென்று அந்த நம்பர்க்கு போன் செய்தேன். “ஹலோ” என்று ஒரு ஆண் குரல் கேட்டது நான் பொறுமையாக கேட்டுக்கொண்டு இருந்தேன். அவன் ஹலோ, ஹலோ யார் இது என்று கேட்டேன்.

பிறகு இரண்டு நிமிடம் மௌனமாக இருந்துவிட்டு, “பூர்வி” என்று அழைத்தான். எனக்கு மிக பெரிய ஆச்சரியம் என்னை பற்றி எப்படி தெரிந்தது என்று,”ஹலோ, பூர்வி நீ தான் என்றால் ஒரு நிமிடம் போன்யை cut பண்ணாமல் வைத்திரு. இல்லை வேறு யாரோ என்றால் உடனே cut செய்து விடுங்கள்” என்றான். இருவரும் மௌனத்துடன் காத்திருந்து சரியாக 0:59 நொடியில் நான் போன்யை cut செய்தேன். பிறகு போன் வரவில்லை.

ஆனால் அந்த குரல் என்னுடைய “சத்தம் இல்லாத உலகில் ஒரு மெல்லிய இசை” போல் இருந்தது. இந்த குரல் எனக்கு கேட்டு கொண்டே இருக்கவேண்டும் என்பது போல் இருந்தது.

அந்த நம்பர்க்கு வாட்ஸாப் மெசேஜ் அனுப்பினேன். “ஹலோ, who is this, why are you following me and what do you want” என்று அத்துடன் கோவமான emoji-யும் அனுப்பினேன். இரண்டு நிமிடம் அப்புறம் reply வந்தது, “நாளை சந்திக்கலாமா”என்று,

”நீ யார் என்று தெரியாமல் நான் எப்படி சந்திக்க முடியும். மொத நீ யார் “ என்று கேட்டேன், அதற்கு அவன் மூன்று வருடம் நீ என்

கனவுல வாழ்ந்திருக்க, மூன்று வருடமா உன் கண்ணு பேசுற மௌன மொழி மட்டும் கேட்டு வாழ்த்திருக்கேன், நாளைக்கு ஒரு மூணு நிமிஷம் எனக்காக என்னை சந்திக்கலாமே என்று சொன்னான். நான் இரண்டு நிமிடம் யோசித்துவிட்டு, “நீ என்னை காதலிக்கிறாயா?” என்று கேட்டேன்.

அவன் “நாளை அதற்கான விடை கண்டிப்பாக உண்டு” என்றான்.

பிறகு அன்று இரவு முழுவதும் தூங்கவில்லை , அவன் யார், ஏன் என் வாழ்க்கைக்குள் வந்தான், மூணு வருஷமா என்னை காதலிக்கிறானா? அவன் பெயர் என்ன? என்று எல்லாம் கேள்விகள் ஓடி கொண்டே இருந்தது. அவன் குரல் என் மனதில் பதிந்து காதுகளில் கேட்டு கொண்டே இருந்தது.

மறுநாள் கல்லூரி உணவகத்தில் படித்துக்கொண்டு இருந்தேன் திடிரென்று ஒருவர்,”இது உங்களுக்கு தான் மேடம்," என்று கூறி குளிர் பானத்தை வைத்து விட்டு சென்றான். அதில்,”chill and have a smile forever” என்று எழுதி இருந்தது,

அதை குடிப்பதா? வேண்டாமா? என்று நினைத்துக் கொண்டு இருந்தேன். அப்போது “தயக்கம் வேண்டாம் உங்களுக்கு நான் தான், அதை ஆர்டர் செய்தேன் ” என்று ஒரு குரல் கேட்டது என் எதிரில் அவன் அமர்ந்து இருந்தான்.

அன்று கேட்ட அதே குரல், “நான் லாவின், எதற்கு முன் நாம் சந்தித்தது இல்லை. எனக்கு ஒரு ஆசை உள்ளது அதை பற்றி நான்”,என்று பேசிக்கொண்டே இருக்கும் போது அவனுக்கு ஒரு போன் வந்தது.."ஓ மன்னிக்கவும், extremely sorry பூர்வி”...என்று கூறிவிட்டு சென்றான். அவன் முகம் என் மனதில் பதிந்தது அவன் கண்களில் ஒரு உண்மை தெரிந்தது, ஆனால் அவன் என்ன சொல்ல வந்தான், என்பதை அறிந்து கொள்ள ஆர்வம் அதிகமாக இருந்தது எனக்குள் நிறைய கேள்விகள், ஒரு வேலை அவன் propose பண்ண வந்தானோ? இல்லை just a friend என்று சொல்லி விடுவானோ என்றெல்லாம் சிந்தனைகள் என் தூக்கத்தை பறித்தது, அவனை பற்றிய நினைவுகள் இருந்தது.

அவனிடம் பேச வேண்டும் என்று ஆசை வந்தது, ஆனால் அவன் அதன் பிறகு நாலு நாட்களாக online-க்கு வரவில்லை நேரிலும் சந்-

திக்க வரவில்லை.

வாழ்வில் முதல் முறை என் படிப்பில் இருந்து கவனம் சிதைந்தது, தூக்கங்கள் மறந்தது, நானே என்னை வேறொருவள் போல் உணர்தேன், ஒரு மாதம் ஆனது, அவன் நினைவுகள் மட்டுமே இருந்தது அவனை பார்க்கவோ,சந்திக்கவோ பேசவோ முடியவில்லை.

அவன் என்னை மறந்திருப்பான் என்று நினைத்தேன், திடீரென்று ஒரு போன் வந்தது. “என் வாழ்க்கையை மாற்றிய குரல் மீண்டும் ஒரு முறை, "உன் கண்களை காண தற்போது ஏழு கடல்களை தாண்டி வந்துளேன், இன்னும் கண்ணாமூச்சி ஏனடி மீண்டும் சந்திப்போமா?” என்று கூறி கேட்டது. பிறகு வேகமாக கல்லூரி உணவகத்திற்கு சென்றேன், அதே table-யில் அவன் அமர்ந்து இருந்தான் அங்கே சென்றேன், அவன் எழுந்து எனக்காக chair-ஐ இழுத்தான். நான் அமர்த்த பிறகு அவன் அமர்ந்து என் கண்களை பார்த்து கொண்டு இருந்தான். நான் அவன் கண்களை பார்த்த உடனே அவன் கண்கள் கலங்கியது, ”இந்த கண்களை பார்க்க தான் வந்தேன் எனக்கு ஒரு ஆசை,உன் கண்களை மட்டும் பார்த்து இதை கூற வேண்டும் என்று, அவன் சைகளால் நான் உன்னை காதலிக்கிறேன்” என்றான். பிறகு சைகையிலேயே நீ என்றும் கேட்டான்” என்னை அறியாமல் என் கண்கள் கலங்கியது, மெதுவாக என் கண்களை சிமிட்டினேன். ஒரு மாதம் எங்கே போனாய்? என்று சைகையில் கேட்டேன். அது இன்னும் இரண்டு மாதத்தில் தெரியும் என்று கூறிவிட்டு சென்றான். அன்று என் வாழ்வில் மறக்க முடியாத நாள் அது. அன்று நிம்மதியான தூக்கம் வந்தது, முதல்முதலில் என் கனவில் ஒரு ஆண், ஆமாம் அது லாவின் தான்.

ஒரு பெண்ணுக்கு எப்பொழுதும் தன் கண்ணை மட்டும் பார்த்து பேசும் ஆணைப் பிடிக்கும், அதனால் தான் எனக்கு லாவினை பிடித்தது. பிறகு முதலில் வாட்ஸாப்பில் பேச தொடங்கினோம், எங்களுக்குள் ஒரு உறவு உருவானது, ஒரு நாள் அவனிடம் உனக்கு ஏன் என்னை பிடித்தது, என்னை எப்படி முதல்முதலில் தெரியும் என்று கேட்டேன், அவன், "மூன்று வருடங்களுக்கு முன் உன்னை முதன்முதலில் பார்த்தேன்,உன் கண்களும், உனது அடர்த்தியான புருவங்களும் என்னை கவர்ந்தது. காதிற்கு பின்னல் கொஞ்சம் முடியை இழுத்து வைத்திருக்கும் உன் hairstyle, மிகவும் கவர்ந்தது. உன்னை அதன் பிறகு பின்தொ-

டர்ந்த பிறகு நீ எப்பொழும் தனிமையிலேயே இருப்பதை கண்டேன். அதற்கான காரணங்களை தேடினேன், அதன் பிறகு உன்னால் பேச முடியாது என்ற விஷயத்தை அறிந்தேன். ஆனால் உன் வகுப்பில் உன்னை ஒதுக்கி வைக்கும் சம்பவங்களையும் என் கண்களால் பல முறை பார்த்து இருக்கிறேன். உன் உலகம் மிகவும் அமைதியானது என்பதை அறிந்த நான்,

அதில் நான் என்றும் இசையாக தான் இருக்க வேண்டும் சத்தமாக இருக்க கூடாது என்று மனதில் காதலை வைத்துக்கொண்டு அந்த காதலே உன்னை தொந்தரவு செய்ய கூடாது என்று தள்ளி நின்று உன்னை பார்த்து வந்தேன்,

உன் பின்னல் சுற்றி உன்னை தொந்தரவு பண்ணவும் விருப்பவில்லை, ஆனால் ஒரு கட்டத்தில் அடக்க முடியாததால் அன்று உன்னிடம் கூறினேன்". இதை கேட்ட பிறகு என் கண்கள் கலங்கியது.

நீ என்றும் என்னுடன் இருப்பாயா? என்று கேட்டேன் உயிருள்ளவரை, என்று கூறினான்.

வாழ்க்கையில் எனக்காக யோசிக்கும் ஒருவர் போதும, அவருக்காக என் வாழ்க்கையை அர்ப்பணிப்பது தவறில்லை என்று யோசிக்க தொடங்கினேன்.

மறுநாள் முதல் முறை அவனுடன் வெளியே சென்றேன். அவன் என்னை ஒரு முக்கியமான இடத்திற்கு அழைத்து செல்கிறேன் என்று சொல்லி அழைத்து சென்றான். அப்போது ரோடு கிராஸ் பண்ண நின்று கொண்டு இருந்தோம், அவன் தனது கையை நீட்டினான், நான் தயங்கினேன், அவன் "தயக்கம் வேண்டாம் கடைசி வரை கைவிட மாட்டேன்" என்றான்.

ஒரு மெல்லிய சிரிப்புடன் அவன் கைகளை பிடித்தேன், அவன் என்னை ஒரு டாக்டரிடம் அழைத்து சென்றான். அந்த டாக்டர், "நான், கிருஷ்ணகுமார் speech therapy specialist. ஒன்றும் கவலைப் பட வேண்டாம் உங்களை நான் கண்டிப்பாக கூடிய விரைவில் பேச வைப்பேன்". நான் மெதுவாக லாவினின் முகத்தை பார்த்தேன், அப்பொழுது அந்த டாக்டர் "நீங்க லாவினுக்கு தான் நன்றி சொல்லனும் ஒரு மாதம் அலஞ்சி அவன் தான் இந்த appointment உங்களுக்காக பிக்ஸ் பன்னிருக்கார்.நான் உங்களை சந்திக்கவும் அவர் தான் காரணம், 3 லட்சம்

ரூபாய்க்கு மேல் செலவு செய்துள்ளார்" என்றார். வீட்டிற்கு செல்லும் போது ,ஏன்? என்று சைகையில் கேட்டேன் அவன் "நீ லாவின் என்று ஒரு முறை கூப்பிட வேண்டும், அதை நான் கேட்க வேண்டும்" என்றான். வீட்டிற்கு சென்று அவனுக்கு மெசேஜ் அனுப்பினேன்.

நான் இவ்வளவு நாளாக இதை ஒரு குறையாக நினைத்தது இல்லை, ஆனால் இன்று நீ செய்த விஷயம் என்னை துன்புறுத்தியது. நான் கேட்டேனா? நான் பேச வேண்டும் என்று, அப்புறம் ஏன் 3 லட்சம் எனக்காக செலவு செய்தாய்?நான் இப்படியே இருந்தாலும் சந்தோஷம் தான், உனக்கு நான் பேசாதது தான் உன் பிரட்சனை என்றால் ஏன் என்னை காதலித்தாய்? என்று அழுது கொண்டே கேட்டேன்.

அவன், “நீ என்னை புரிந்து கொண்டது இவ்வளவு தானா? நான் அதை குறையாக நினைக்கவில்லை, நான் உனக்கு ஒரு சத்தியம் செய்தேன், இனி உன் கண்களில் கண்ணீர் சோகத்தால் வர கூடாது என்று, இதற்கு முன்பு நிறைய முறை உன்னால் பேச முடியாது என்று உன்னை அசிங்க படுத்தியவர்கள் முன்பு உன் கண் கலங்குவதை பார்த்துளேன், அது போல சம்பவம் இதற்கு பிறகு நடக்க விட மாட்டேன். அதற்காக தான்.

ஆனால் இதில் ஒரு சுயநலமும் உள்ளது, ஒரு தாய்க்கு தன் குழந்தை தன்னை அம்மா என்று முதலில் அழைக்கும் போது எப்படி சந்தோஷம் வருகிறதோ? அதே சந்தோசத்தை நான், நீ லாவின் என்று முதலில் கூப்பிடும் பொது உணர வேண்டும், என்பது தான்.

இனியும் உனக்கு நான் செய்வது தவறு என்று தெரிந்தால் நீ நாளை முதல் speech therapy-க்கு செல்ல வேண்டாம்,என்றான். மறு நாளில் இருந்து தினமும் speech therapy கிளாஸ்க்கு சென்றேன் அவனும் தினமும் என்னுடன் வந்தான்.

ஒரு மாதத்திற்கு பிறகு......

“Well done பூர்வி, நல்ல முன்னேற்றம் ஒரு vocal cord surgery மட்டும் செய்தால் குரல் வந்துவிடும்” என்றார். லாவின், "ஓகே டாக்டர் ஏற்பாடு செய்யுங்கள்” என்றான். நானும் ஒத்துக்கொண்டேன்.

டாக்டர் "நான் சென்னை சென்று விட்டால் வர 6 மாதத்திற்கு மேல் ஆகும், நீங்க தப்பா நினைக்காவிட்டால் operation-ஐ சென்னையில் வைத்து கொள்ளலாமா? என்று கேட்டார், இருவரும் ஒத்துக்கொண்டோம். ஒரு வாரத்திற்கு பிறகு சென்னைக்கு வாங்க operation" என்று கூறினார்.

Appointment கிடைப்பது கஷ்டம், நான் வேண்டுமானால் எக்ஸாம் அடுத்த வருடம் எழுதுகிறேன் என்றான். அவனுக்கு கடைசி செமஸ்டர் எக்ஸாம் அதனால் வேண்டாம் நான் தனியாக பார்த்து கொள்கிறேன் என்று கூறிவிட்டு சென்னைக்கு வந்து விட்டேன்.

நாளை எனக்கு ஆபரேஷன்.

இன்று, செட்டிநாடு மருத்துவமனை, சென்னை.

நவம்பர் 6, 2016

பூர்விக்கு, ஆபரேஷன் நல்ல படியாக நடந்து முடிந்தது, அவள் மெதுவாக கண்ணை திறந்தாள் திறந்தவுடன் அவளின் எதிரில் லாவின் நின்று கொண்டு இருப்பதை கண்டாள்.

அவள் பேசிய முதல் வார்த்தை ***லாவின்,*** லாவின் உதடுகளில் சிரிப்பும் கண்களில் கண்ணீரும் வந்தது. மிகுந்த சந்தோஷம் அதைத்தான். பிறகு பூர்வி, "***லாவின் , நான் உன்னை காதலிக்கிறேன்,*** அதன் பிறகு நன்றி என்றாள், என் குரல் எப்படி இருக்கிறது" என்றாள், லாவின் பூர்வியை கட்டி அனைத்தான், பிறகு பூர்வி, "என் குரல் எப்படி இருக்கிறது?" என்று மீண்டும் கேட்டாள். லாவின்,"மெல்லிசை, என்றான் பிறகு ,நீ நான் உன்னை காதலிக்கிறேன் என்று சொல்லும்போது உன் குரல், காதலே வந்து தன் காதலை கூறுவது போல் இருந்தது" என்றான்.

2 வருடங்களுக்கு பிறகு, இவர்களின் காதல், லாவினின் பெற்றோர்களால் ஏற்கப்பட்டது.

LAVIN WEDS POORVI என்று முடிந்தது.

சமூகம்

கதை 4: ஜான்சி ஒரு போராளி

4

ஜான்சி ஒரு போராளி

“இன்று நான் பார்த்த ஒரு சம்பவம் மனிதம் இறந்து போன ஒரு விஷயத்தை தான் என் முன்னாடி நிறுத்துகிறது”.

அக்கா என்னை காப்பாத்துங்க அக்கா,வலிக்குது.நீங்க யாருனு தெரியல என்னை காப்பாத்துங்க இந்த அண்ணலாம் ஏதோ பண்ணாங்க அக்கா.

எனக்கு இப்போது வலிக்குறது என்று ஒரு 6 வயது சிறுமியின் அழுகுரல், தனக்கு நடந்த கொடுமை என்ன என்று கூட அறியாத அந்த வயது, அந்த குழந்தையை கைகளால் தூக்கினேன்,தூக்கும் போதே பிரிந்தது அந்த சிறுமியின் உயிர், அந்த சிறுமியின் ஒன்றும் அறியாத அந்த முகம்,காப்பாத்துங்க என்ற குரல் மனதில் பதிந்தது, அந்த குழந்தையின் அழுகையை போல் அடுத்த குழந்தை அழ கூடாது என்று நினைத்தேன்.அதனால் ஒரு பெண்ணாக என்ன என்னால் செய்துவிட முடியும் இந்த சமூகத்திற்கு?, ஆனால் அந்த குழந்தையின் கண்ணீருக்கு நீதி கிடைக்க முடியும் என்று நம்பினேன்.

என் மனம் உருக்கிய இந்த சம்பவத்தை டைரியில் எழுதி வைத்தேன்,அந்த குழந்தை இறந்த இடத்தில் இருந்து கிளம்பினேன் விசாரணைக்கு.

இந்த குழந்தைக்கு நீதி கிடைத்து,இனி ஒரு குழந்தையும் அழுக கூடாது,அதற்கு தீர்வு தேடி ஓடினேன்.ஒரு சமூக அக்கறை உள்ள பத்திரிகையாளராக,

நான் ஜான்சி,இது என்னோட ஒரு ரிப்போர்ட், ஜர்னலிஸ்ட்.

அந்த இடத்தில் யாருடைய தடையமாவது கிடைக்குமா? என்று பார்த்தேன். அது ஊருக்கு கொஞ்சம் வெளியே இருக்கும் ஒரு காடு. அங்கே எங்களுக்கு ஒரு சின்ன கைக்குட்டை கிடைத்தது.

என் நண்பன் கோகுல் ஃபரன்சிக் டிபார்ட்மெண்டில் வேலை செய்கிறான்.அவனிடம் ஒரு ஹெல்ப் கேட்டேன் ஏதாவது DNA-இல்லை பின்கேர்ப்ரின்ட் இருக்கானு பார்க்க.

ரிப்போர்ட் கிடைக்க அவன் 2 நாள் டைம் கேட்டான். அந்த ரெண்டு நாள் எப்போ முடியும்னு இருந்துச்சு,அதில் கிடைக்கும் இன்பர்மேசன் ரொம்ப பெரிய வித்தியாசத்தை இந்த வழக்கில் ஏற்படுத்தும்.

2 நாள் பிறகு இந்த கைக்குட்டையில் ஒரு பின்கேர்ப்ரின்ட் இருக்கு அதை நான் சர்வர்-ல யாருனு பார்த்தேன். அது ராஜேஷ்-னு ஒருத்தன் ஓட பின்கேர்ப்ரின்ட்-னு அவனோட டிடைல்ஸ் எல்லாம் கொடுத்தேன்.

அந்த ராஜேஷை தேடி அலைய ஆரம்பித்தேன்.

அவன் இருக்கும் ஏரியாவில் தேடுனேன் அவன் இல்லை வெளி ஊருக்கு சென்றுவிட்டான் என்று தகவல் கிடைத்தது, இதன் பிறகு என்ன செய்வது என்று யோசித்தேன். அப்போது அங்கு இருந்த ஒரு 50 வயது பெரியவர், என்னிடம்

“நீ இன்று இரவு நைட் ஒரு 2 மணிக்கு இந்த ஏரியாவிற்கு அந்த பக்கம் சின்ன காடு மாதிரி ஒரு பகுதி இருக்கும், அங்கே வந்தால் அவனை பார்க்கலாம், தினமும் 2 மணிக்கு ராஜேஷ் அவனோட கூட்டாளிகளுடன் அங்க தான் இருப்பான் என்று சொன்னார். அதன் பிறகு அந்த இடத்தில் இருந்து கிளம்பினேன்.

இரவு 2 மணிக்கு அந்த 6 வயது பாப்பாவின் மரணத்துக்கு நீதி கிடைக்க போகிறது என்று நினைத்து கிளம்பினேன், அந்த காட்டுக்கு போனேன், என் நண்பன் அரவிந்த் உடன் ஆனால் அங்கே யாருமே இல்லை. அப்போது சட்டேன்று ஒருவன் என் பின்னால் வந்து வாய்யை பொத்தினான்.என் கண்ணாடி கீழே விழுந்தது.

அந்த இருட்டில் எதுவும் தெரியவில்லை, அரவிந்த் கீழே விழுந்து வலியில் தவிப்பது கொஞ்சம் மங்கலாக தெரிந்தது, அதன் பிறகு என்

வாழ்வில் சொல்ல முடியாத வலியை அனுபவித்தேன்,அன்று நான் கெஞ்சியும் அந்த மிருகங்கள் விடவில்லை. அந்த ஆறு வயது சிறு-மிக்கு ஏற்பட்ட அதே நிலைமை, என்னால் தங்க முடியாத வலி.

அந்த நான்கு பேரில் ஒருவன் ''டேய் அதான் முடிஞ்சிருச்சுல, தலையில கல்லை தூக்கி போட்டு விடுவோம் ''என்று சொன்னான்.

அதற்கு இன்னொருவன், வேண்டாம் இப்படியே விட்டால் அவளே இறந்துவிடுவாள் என்று கூறினான்.

என்னை அங்கே அப்படியே விட்டுச்சென்றனர், வலியில் கத்தக்கூட என் உடம்பில் தெம்பு இல்லை.

கை கால்களை கூட அசைக்க முடியாத நிலையில் அங்கு இருந்-தேன். என் வாழ்வையே இருட்டில் ஆழ்த்தியது அந்த இரவு .

மறுநாள் காலை ஒரு மருத்துவமனையில் என் காலை விடிந்தது கண்ணை திறக்கும்போது, எதிரில் கண்ணீருடன் அம்மாவும் அப்பாவும் நின்றுகொண்டு இருந்தனர். அம்மா, அழுதுகொண்டே,'' இதெல்லாம் நமக்கு தேவையாடி, நீ உயிர் பிழைத்ததே அதிசயமாம் வேண்டாம்டி இந்த ஜர்னலிசம் இனி அம்மா கூடவே இருந்து விடு என்று கையை பிடித்து அழுதார்கள்.

நேற்றே பிரஸ் மீடியா எல்லாருக்கும் தெரிந்துவிட்டது. நம்ம மானமே போய்டுச்சுனு அழுதாங்க,என்னோட ஒரு கையும் ஒரு காலும் முடமாகி விட்டது என்று சொன்னார்கள்.

நான் கொஞ்சக்கொஞ்சமாக உடல்ரீதியாகவும் மனரீதியாகவும் இறந்-துக்கொண்டு இருந்தேன். இரண்டு நாள் மருத்துவமனையில் கட்டாயம் இருக்க வேண்டும். அது அப்புறம் தான் டிஸ்சார்ஜ் என்று சொன்னார்-கள்.

இனி என் வாழ்க்கையே முடியப்போகிறது. நாளை சூரியன் எனக்கு உதிக்ககூடாதென்று விரும்பினேன். அன்று இரவு என் கண்களை மூடி-னேன்.

ஒரே இருள், அதில் ஒரு குழந்தையின் அழுகை, அக்கா! என்-னைய காப்பாத்துங்க ப்ளீஸ், என்று. உடனே எழுந்தேன் ஆனால் முடி-யவில்லை என் உடல் செயல் இழந்தது போல் ஆனது.

2 நாட்கள் பிறகு,

ஒரு வீல்சாரில் வைத்து என்னை அம்மா வீட்டுக்கு அழைத்துச் சென்றனர். கண்களில் இருந்து அன்று வழிய தொடங்கிய நீர் இன்னும் நிற்கவில்லை, என் கைகளிலே ஒரு 6 வயது சிறுமியின் உயிர் பிரிந்தது, என் நண்பன் அரவிந்த் தலையில் அடிபட்டு இருந்தான், ஒரே இரவில் என்னுடைய வாழ்க்கையே இழந்தது, வீட்டில் ஒரு நாள் மட்டும் சொந்தக்காரர்கள் எல்லாம் வந்து துக்கம் விசாரித்தனர், எங்கள் பத்திரிகையின் மேனேஜர் வந்தார்.

உங்க நிலைமை நினைச்சு நான் ரொம்ப வருத்தப்படுகிறேன், இனி அங்கே வந்து கஷ்டப்பட்டு வேலை செய்ய வேண்டாம். இந்த கவரில் உங்களோட இந்த மாதத்தின் சம்பளம் உள்ளது, இந்த மாதம் உங்களுக்கு இரட்டிப்பு சம்பளம் என்று கவரை கையில் கொடுத்தார்.பிறகு இந்த பேக்கில் உங்களோட திங்ஸ் இருக்கு ஆபீஸ் கேபின்-ல இருந்ததுனு சொல்லி கொடுத்தார், சுருக்கமா சொல்லனும்னா என் வேலையும் போச்சு.

ஒரு படுக்கையிலே படுத்த படுக்கையாக ஒரு வாழ்க்கை. டிவியில் எல்லாம் நியூஸிலும் நடந்த கொடுமையே ஒரு தடவதான், ஆனால் இவர்கள் 3 நாள்,4 நாளாக வைத்து இதையே பேசினார்கள், அதைவிட கேவலமான விஷயம் இதை 4 பேர் ஒன்னா உக்காந்து பாலிடிக்ஸ் ஆக்குறது தான், ஆரம்பத்தில் சில நியூஸ் சேனல்களில் நான் இறந்துவிட்டேன் என்று சொல்ல ஆரம்பித்தனர்.

ஆனால் இப்படி வாழ்வதற்கு அதுவே மேல்தான், தினமும் வீட்டில் பிசியோ தெரபிஸ்ட் வந்தார்கள் முடமான கையும் காலையும் திரும்ப சரிசெய்ய, அப்பாக்கு நான் ஜர்னலிசம் சேர்ந்தது பிடிக்கவில்லை அதுவும் இந்த சம்பவத்திற்கு பிறகு என் கூட பேசுவதை நிறுத்தி விட்டார்கள், கண்களில் எப்பவும் கண்ணீர் தேங்கி பார்வையை மறைத்தது.

நண்பர்களை சந்தித்தால் கொஞ்சம் நல்லா இருக்கும் என்று நினைத்தேன்,அம்மாவிடம் கூறினேன், அம்மா அதை பெரிதாக எடுத்துக்கொள்ளவில்லை. நாளுக்கு நாள் அம்மா முகம் சுழிக்க ஆரம்பித்தார், யாருமே கட்டி அணைத்து கொள்ள அருகில் இல்லை, கண்ணை மூடினால் அந்த சிறுமியின் முகமும் அந்த அழுகுரலும் தான் கேட்டது.

21 நாட்களுக்கு பிறகு,

உடலில் ஒரு சின்ன முன்னேற்றம், வீல்ச்சரில் இருந்து எழுந்து ஸ்டிக் வைத்து நடக்க தொடங்கினேன், முடமான வலது கை பொறுமையாக அசைக்க முடித்தது, ஆனால் எனது ஆயுதமான பேனாவை பிடிக்கமுடியவில்லை.

பொறுமையாக நடந்து வீட்டின் மொட்டை மாடிக்கு சென்றேன். செயற்கை ஏசி காற்றை மட்டும் கடந்த ஒரு மாதமாக சுவாசித்து கொண்டு இருந்த எனக்கு,மாலை நேரத் தென்றலும் அந்த சூரியன் மறைவதற்கு முன் இருக்கும் இளம்வெயிலும் இதம் அளித்தது.

பல நாட்களாக யோசித்து கொண்டு இருந்த ஒரு கேள்வி,''இனி என்னால் என்ன செய்ய முடியும்?'', பதில் கிடைக்கவில்லை அனால் ஏதாவது முடியும் என்ற நம்பிக்கை கிடைத்தது.

முதலில் எழுதக் கற்றுக்கொள்ள வேண்டும் அதுதான் என் ஆயுதம் என்று உணர்ந்தேன், இடது கையை தூக்கினேன் போனவை பிடித்தேன், கிறுக்கத் தொடங்கினேன்.

தினமும் 1-2 மணிநேரம் ஸ்டிக் வைத்து நடக்க ஆரம்பித்தேன். வெகு தூரம் நடக்க முடியவில்லை ஆனால் இரண்டு அடி தினமும் அதிகமாக எடுத்து வைத்தேன். கைகள் தான் மிகவும் சிரமமாக இருந்தது அசைக்க. வலது கையில் சாப்பாடை எடுத்து கையை தூக்க முடியவில்லை கொஞ்சம் கொஞ்சமாக தூக்க முயற்சித்தேன்.

ரொம்ப நாட்களாக இடது கையில் சாப்பாடு சாப்பிட்டேன் ஆனால் தினமும் வலது கையில் பயிற்சி எடுத்தேன். ஒரு நாள் மீண்டும் வலது கையில் சாப்பிடுவேன் என்று நம்பிக்கையை மனதில் சுமந்தேன், வீட்டிலே தினமும் நியூஸ்பெபேர் படித்து வெளியே நடப்பதை எல்லாம் தெரிந்து கொண்டேன்.

சில வாரங்கள் கடந்தது, தனிமை என்னை வலிமை படுத்தியது, நிறைய கற்றுக் கொண்டேன். நான் ஏன் மறுபடியும் வேலைக்கு போக கூடாது என்று யோசனைகள் வந்தது. பல நியூஸ் பேப்பர் ஆபீஸ்க்கு ஆன்லைன் மூலம் வேலைக்கு பதிவு செய்தேன்.

மறுநாள் கிளம்பினேன் என் கண்ணாடியை மீண்டும் அணிந்தேன். ஸ்டிக்யை எடுத்துக்கொண்டு சரியாக வேலை செய்யாத வலது கையோடு

மீண்டும் நான் பணிபுரிந்த பத்திரிக்கை ஆபீஸ்க்கு சென்றேன். உள்ளே நுழையும் போதே எல்லோரும் ஆச்சிரியமாக என்னை பார்த்தனர், நேராக மேனேஜர் கேபின்க்கு சென்றேன்.

அவர் ரூம் முன்னாடி நின்று, Excuse me sir , May I COME IN"-னு கேட்டேன். என்னை பார்த்த மேனேஜர், ஆச்சிரியத்தில் இரண்டு நிமிடம் பேசவில்லை பிறகு, "come in"-னு சொன்னார். உள்ளே வந்த உடனே,"எப்படி இருக்க ஜான்சி, are u alright"-னு கேட்டார்.

நானும் "fine sir and எனக்கு மறுபடியும் ஒர்க் பண்ணனும் சார், ஹெல்ப் பண முடியுமான்னு?"கேட்டேன்.

அவர் யோசித்தார், இது அப்புறம் எப்படிமா உன்னால வேலை செய்ய முடியும் அதுவும் எழுதுற காய் கூட வேலை செய்யாது என்று சொன்னார். முதலில் உன்னால் இந்த அப்பொய்ன்ட்மென்ட் ஆர்டரில் கையெழுத்து கூடபோட முடியாதே ,என்று சொன்னார்.இடது கையில் பேனாவை எடுத்து வலது கையில் வைத்தேன்.

அதை தூக்க முயற்சித்தேன். ஆனால் முடியவில்லை கையில் இருந்த பேனா கீழே விழுந்தது. அவர் என்னை நீ unfit என்ற மனநிலையில் முகம் சுழித்தார். அப்போது பக்கத்தில் இருந்த மற்றொரு பேனாவை எடுத்து இடது கையில் என் கையெழுத்தை போட்டேன். ஆச்சிரியத்துடன் என்னை பார்த்தார், "கவலை படாதீங்க சார் பழைய சைனுக்கும் இதுக்கும் டிபரெண்ஸ் இருக்காது. எனக்கு தெரியும் சார், என்னோட பெர்பாமன்ஸ் ஆஃப்ரைசல் இருக்காதுனு தான் நீங்க யோசிக்கிறீர்கள்".

"ஆனால் இன்னும் கொஞ்ச நாள் தான் அதுக்குள்ள உங்களுக்கு ஒரு ஷாக்கிங் சப்ரைஸ் தர மாதிரி என் பெர்பாமன்ஸ் இருக்கும்" என்று சொன்னேன்.

அப்போதும் அவர் எனக்கு வேலை தர மறுத்துவிட்டார். எனக்கு அது பெரிய ஏமாற்றம் எதுவும் கொடுக்கவில்லை, எதிர்பார்த்த விஷயம் தான்.

திரும்பி வீட்டுக்கு சென்றேன், இந்த நேரத்தில் ஆதரவுக்கு யாராவது இருந்தால் நல்ல இருக்கும், நான் மீண்டும் அதே வேலையை தேடி சென்றதில் அம்மா, அப்பா இருவருக்கும் கோபம் அதிகரித்தது.

நான் வேலை கிடைக்கும் வரை சும்மா இருக்கவில்லை, நாட்டில் நடக்கும் சமூக பிரச்சனைகளுக்கு தீர்வுகள் காணும் வகையில், ஆர்டி-கல்ஸ் நிறைய எழுதிக் கொண்டே இருந்தேன், வலது கை தூக்க முடி-யாமல் இடது கையிலே எழுத பயிற்சி எடுத்துக்கொண்டு,

ஒரு நாள் என்னை தேடி 3 கல்லூரி மாணவர்கள் வந்தார்கள், நான் படித்த கல்லுரியில் தற்போது படிக்கும் மாணவர்கள்.

“அக்கா, எங்களுக்கு நீங்க ஒரு உதவி செய்ய முடியுமா?” என்று கேட்டனர்.

நான்,”என்ன உதவி?" என்று கேட்டேன், “அக்கா, நங்கள் இதற்கு முன்னாடி நீங்கள் எழுதிய ஆர்டிகல்ஸ் எல்லாம் படித்திருக்கிறோம், நாங்கள் புதிதாக ஒரு யூ-டியூப் சேனல் ஆரம்பிக்க திட்டம் வைத்தி-ருக்கிறோம்,அதற்கு நீங்கள் கன்டென்ட் எழுதி தர முடியுமா?” என்று கேட்டார்கள் .

பின்னர் என் கையை பார்த்த பிறகு,”வேண்டாம், நீங்கள் சொன்-னால் போதும் நாங்கள் ரெகார்ட் செய்து கொள்வோம்” என்று கேட்-டனர்.

நான் சிரித்துக்கொண்டே தலையை ஆட்டினேன்.நான் என் வாழ்-வில் இடது கையில் எழுதிய ஆர்டிகல்ஸ், அதை கன்டென்ட்டாக மாற்றி அந்த மாணவர்கள் யூடூப்பில் பேசத்தொடங்கினார்.

ஆறு மாதங்கள் ஆகியும் அந்த சிறுமி மற்றும் எனக்கு நடந்த குற்-றத்தை செய்யாத குற்றவாளியை போலீஸ் கண்டுபிடிக்கவில்லை.

நான் எனக்கு தெரிந்த ஒரு டிடெக்ட்டிவ் ஆபீசர், இளங்கோவனை சந்தித்து நடந்த சம்பவங்களை கூறினேன், எவிடென்சாக கிடைத்த அந்த கைகுட்டையும் கொடுத்தேன் பிறகு ராஜேஷ் பற்றியும் கூறினேன்.

இளங்கோவன்,”நான் முடிந்த வரை விரைவில் குற்றவாளிகளை கண்டுபிடிக்குறேன் ” என்றனர்.

வலது கையை எவ்வளவோ தூக்க முயற்சித்தும் என்னால் அதை அசைக்க முடியவில்லை, என் மனதிற்குள் எனக்கு நானே ஆறுதல் கூறி கொண்டேன்.

ஒரு நாள் கண்டிப்பாக வலது கையில் எழுதுவேன் என்று.

2 வாரத்திற்கு பிறகு, குற்றவாளிகளை கண்டுபுடித்துவிட்டு,ரிப்போர்டுடன் என்னை சந்திக்க வந்தார்.

அவர் சொன்ன ஒவ்வொரு விஷயமும் எனக்கு மிகுந்த அதிர்ச்-சியை கொடுத்தது.

அந்த அதிர்ச்சியின் தாக்கம் என்னை நேரடியாக யூடியூபில் பேச வைத்தது.

“ஹலோ, நான் ஜான்சி,ஆறு மாதத்திற்கு முன்பு என்னை செய்தி-யில் பார்த்திருப்பீர்கள், நான்கு மிருகங்களால் என் வாழ்வை இருளில் தள்ளப்பட்டது, அதில் இருந்து மீண்டு வர முயற்சிக்கிறேன் 6 மாதங்கள் ஆகிறது இன்னும் இயல்பு நிலைக்கு திரும்பவில்லை, என்னைப்போல் இந்தியாவில் அதிக பெண்கள் பாதிக்கப்படும் செய்திகளை கேள்வி படுகிறேன், அதற்கான நிரந்தர தீர்வு சொல்ல இன்று பேசப்போவது இல்லை.

எங்களை போல் பெண்களின் உணர்வுகளை பதிவு செய்யத்தான் பேசுகிறேன்.

என் வாழ்வாவது,இருளில் தான் தள்ளப்பட்டது, ஆனால் என் கண்-முன்னே என் கையிலே, ஒரு சிறுமியின் வாழ்வு இழந்து போனது, அந்த மழலையின் முகம் குற்றம் அறியா மனமும்,அவளின் குரலும் தான் என்னை அந்த சிறுமிக்காக போராட தூண்டியது, நான் இல்லை இந்த இடத்தில் ஒரு ஆணாகவே இருந்தாலும், அந்த குழந்தைக்கு நீதி தான் நினைத்திருப்பான், பெண் நான் எப்படி சும்மா இருக்க முடியும்?.

இந்த சமூகம் எப்பொழுதும் குற்றவாளிகளை விட குற்றத்தால் பாதிக்கப்பட்டவர்களையே, குற்ற உணர்வுடன் பார்க்கிறது. பாதிக்க பட பெண்கள் பாதிபேர் இறப்பது சமூகம் அவர்களை பார்க்கும் பார்வையில் தான்.

அந்த சம்பவத்தில் பிறகு நான் உயிரை இழக்கவில்லை ஆனால் உயிரை தவிர எல்லாமே இழந்துவிட்டேன், அம்மா அப்பாவின் பாசத்தை கூட, மீண்டும் போராளியாக மாறியதால், பாதிக்கப்பட்ட பெண்களின் பெற்றோர்களுக்கு என்னுடைய வேண்டுக்கொள், தயவு-செய்து உங்கள் பெண்களின் துணையாக இருங்கள், மனதாலும்,உடலா-ளிலும் மிகுந்த வேதனையும் வலியும் சுமக்கும் எங்களுக்கு உங்களது ஆறுதல் இல்லாத இந்த நாட்கள் இறந்தே போயிருக்கலாம் என்று தான் தோணவைக்கிறது.

என்னைப்போல் உடைந்து இருக்கும் சகோதரிகளுக்கு,

நம்மால் எழுந்திரிக்க முடியும் வாழ்வில் எழுவோம். ஆமாம் யாரும் உதவமாட்டார்கள் தோல் சாய தோள்களும் இருக்காது, நம் கண்ணீரை நாமே துடைத்து, வலிமையோடு முன்னேறுவோம், சமூகத்தில் நாம் நடந்தால் வித்தியாசமாக பார்ப்பார்கள் அந்த பார்வை வியப்புடன் பார்க்கும் பார்வையாக மாறும் வரை முன்னேறுவோம்.

அவர்களை பழிவாங்கவிட்டால் கூட அவ்வளவு சந்தோஷம் கிடைக்காது, ஆனால் முன்னேறி நின்றாள் குற்ற உணர்வில் அவன் மனதளவில் இறந்து விடுவான்.

ஆண்களை நம்ப பயமாக இருந்தது அந்த சம்பவத்திற்கு பிறகு ஆனால் பாதிக்கப்பட்ட சகோதரிகளுடன் நிற்கும் ஆண்களை பார்க்கும் போது பயம் போனது, என் பின்னல் என் தம்பிகள் நின்றார்கள்.

சமூகத்தில் இருக்கும் ஒவ்வொரு குழந்தையும் தனிமனித ஒழுக்கத்தை வளர்த்தால் கொடுமைகளை தவிர்க்கலாம், என்று நம்புகிறேன் நன்றி''

இந்த பதிவை முடித்தவுடன் வீட்டிற்கு சென்றேன்.வாசல் படியில் என் ஸ்டிக் தட்டி கீழே விழப்போனேன் என்னை ஒரு கை வந்து தூக்கியது.

பெண்களின் உலகத்தில் மிகவும் பாதுகாப்பான கரங்கள், ஆமாம் என் தந்தையின் கரங்கள் என்னை தூக்கியது கட்டியணைத்து அழுதார், அம்மா ஆலம் கரைத்து எடுத்து வந்து ஆலம் சுற்றியவுடன் என்னை உள்ளே அழைத்து என் நெற்றியில் முத்தமிட்டாள்.

டிடெக்ட்டிவ் இளங்கோவன் அரசிடம் சமர்ப்பித்த ஆதாரங்களை வைத்து அந்த குழந்தையின் வாழ்வை பறித்த அந்த மிருகங்களுக்கு தண்டனை கிடைத்தது.

அதை செய்தது கோகுல் என்று தெரிந்தவுடன் எனக்கு வியப்பை ஏற்படுத்தியது.அவன் தான் தன் கூட்டாளிகளுடன் சேர்ந்து அந்த குழந்தையின் வாழ்வை பறித்தது, என்னை திசை திருப்ப அவன் ராஜேஷ் என்று பொய்யான போரையும் விவரங்களையும் கொடுத்து அங்கே என்னை வரவைத்து, என் வாழ்வையும் நாசமாகியிருக்கிறான்.

அந்த சம்பவத்திற்கு பிறகு என் வாழ்வே போராட்டம் ஆனது அதில் தினமும் போராடும் போராளி நான்.

என்னை போல் இருக்கும் போராளிகளுக்கு என் கதை உந்துசக்தியாக இறக்கும் என்று நம்புகிறேன்,

ஒரு மாதத்திற்கு பிறகு,

இந்த வழக்கில் வெற்றிகிடைத்து அந்த மிருகங்களுக்கு தூக்கு தண்டனை கிடைத்தது, எனக்கு அரசு வேலை கிடைத்தது.

அந்த வேலையில் எனது முதல் கையெழுத்தை இட்டேன் எனது வலது கையால்.

கதை 5: நிழல் நாயகன்

:

5

நிழல் நாயகன்

“ஹே, நான் இன்னைக்கு எங்க அப்பா நடிச்ச படத்துக்கு போறேன்டா, எங்க அம்மா அப்புறம் தங்கச்சி எல்லாரையும் அப்பா கூப்பிட்டு போறேன்னு சொல்லிருக்காரு”, ராமு சந்தோசமாக தன் நண்பன் குமா-ரிடம் கூறினான்.

“இதுல என்ன புதுசா சந்தோசம் உனக்கு எல்லாம் வாரமும் இது-தான் சொல்லுற ஆனால் எந்த படத்துலயும் உங்க அப்பாவை நான் பார்த்ததே இல்லையே, நிஜமாவே உங்க அப்பா நடிகர் தானா? இல்லை எங்களை ஏமாத்திரியா ?” என்று குமார் கேட்டான்.

“டேய் அவுங்க அப்பா நடிகர்லாம் இல்லை, டூப்பு” என்று சொல்லி கேலி செய்தான் ஜனா.

அது மட்டுமின்றி அவனுடன் இன்னும் 2 நண்பர்களை சேர்த்துக்-கொண்டு ராமுவை குமார் கேலி செய்து அனுப்பினான்.

கண்ணீர் வழிந்த முகத்துடன் வீட்டிற்கு சென்று தன் அன்னை கண்-மணியின் எதிரில் நின்றான்.

“அம்மா, நிஜமாவே அப்பா நடிகர் தானா?,எல்லோரும் டூப்பு , டூப்-புனு கிண்டல் பண்றாங்க “

கண்மணி, ராமுவின் கண்ணை துடைத்தாள், “உங்க அப்பா தான் நிஜமான ஹீரோ உன் பிரண்ட்ஸ்க்கு அறிவு இல்லை “ என்று அவனின் மனதை தேற்றினாள்.

அன்று பார்த்த படத்திலும் அவனின் அப்பா வரவில்லை, அவன் மனம் அந்த ஏமாற்றத்திற்கு தயாராக தான் இருந்தது.

படம் பார்த்துக்கொண்டு இருக்கும் இந்த போது காட்சி நான் தான் பண்ணேன் என்று ராமுவிடம் அவன் அப்பா ரமேஷ் சொன்னான்.

“ஆனால், அதை நம்மை தவற வேற யாரும் நம்ப மாட்டாங்க, நீங்க டூப்பு தானே ஹீரோ இல்லையே ” என்று ராமு ரமேஷிடம் ஒரு-வித சலிப்புடன் கூறினான்.

இதை கேட்டவுடன் ரமேஷின் கண்கள் கலங்க தொடங்கியது, சினிமா கொட்டாயின் இருளியில் அவன் கண்கள் கலங்கியதை யாரும் கவனிக்கவில்லை.

படம் முடிந்து வீட்டிற்கு வந்தவுடன் எல்லாரும் தூங்க சென்றனர் ஆனால் ரமேஷ் தூங்காமல் திண்ணையில் அமர்ந்திருந்தான்,

ராமுவும், கயலும் தூங்கிய பிறகு, கண்மணி ரமேஷின் அருகில் சென்று அமர்ந்தாள், ரமேஷின் கவலை நிறைந்த முகத்தை பார்த்து,

“என்ன ஆச்சு பணம் இல்லாத கவலையா ? இல்லை ஏதாவது உடல்நிலை கவலையா ?” என்று கண்மணி கேட்டாள்.

கண்மணியை பார்த்தவுடன் கட்டிப்பிடித்து அழ தொடங்கினான்,

“வாழ்க்கையில யாருக்கு ஹீரோவாக இருக்கணுமோ அவனுக்கே நான் டூப்பா தான் தெரியுறேன் “ என்று அழுதான்,

“அவன் அப்படி எல்லாம் நினைக்க மாட்டான் நீங்க கவலை படா-தீங்க “ என்று அவனை சமாதானம் செய்ய கண்மணி முயற்சி செய்-தாள்.

“அவன் நினைக்கவில்லை வார்த்தைகளால் வெளியே கொட்டிட்-டான்” என்று கண்களை துடைத்து கொண்டே சொன்னான்.

“அது அவன் நண்பர்கள் கேலி செய்த கோபத்தில் அவன் இருந்-தான் அதனால் கோபத்தில் சொல்லியிருப்பான், அதையெல்லாம் பெரு-சாக எடுக்காமல் தூங்குங்கள்” என்று அவனை உள்ளே அழைத்து சென்றாள்.

மறுநாள், பள்ளிமுடிந்து வந்த ராமு , “நான் இனி பள்ளிக்கு போவ-தாக இல்லை “ என்றான்.

“ஏன் என்ன ஆச்சு ? “என்று கண்மணி கேட்டாள்.

“எல்லாரும் என்னை டூப்பு , டூப்பு..... என்று கேலி செய்கிறார்கள், எனக்கு பள்ளிக்கு போகவும் பிடிக்கவில்லை நம்ம வீட்டு டூப்பை பார்த்-தாலும் புடிக்கவில்லை” என்றான்.

அவன் சொன்ன வார்த்தையில் கோபம் அதிகரித்தது, ராமுவின் கன்னத்தில் ஓங்கி பளார் என்று அறைந்தாள்.

உன் அப்பா பார்த்து உலகமே டூப்புனு சொல்லலாம் ஆனால் நீ சொல்லக்கூடாது என்று திட்டினாள்.

அழுதுகொண்டே உள்ளே ரூமிற்கு சென்றான் ராமு.

இதையெல்லாம் , ரமேஷிடம் கண்மணி சொல்லவில்லை தெரிந்தால் இன்னும் ரமேஷின் மனம் புண்படும் என்று மறைத்தாள்.

அடுத்த நாள் ரமேஷ் ஷூட்டிங்கிற்கு சென்றவுடன், ராமுவின் அறைக்கு சென்றாள் கண்மணி.

“டேய், உன் அப்பா பற்றி உனக்கு சொல்லிக்கொடுக்காமல் உன்னை வளர்த்தது என் தப்புதான் ,

ரமேஷ், சினிமாவில் ஹீரோ ஆகணும் ஒரு கனவோடு தான் இங்க வந்தான் பல லட்சம் பேர்ல இவனும் ஒருத்தன், சென்னைல அவன் அலையாத இடம் இல்லை ஒரு டைரக்டர் ஒரு தயாரிப்பு நிறுவனம்-விடாமல் வாய்ப்புக்காக அலைந்தான், ஒரே ஒரு ஹீரோ வாய்ப்புக்காக சினிமாவில் இருக்கும் சின்ன, சின்ன வேலைகள் கூட செய்தான், அப்-போது 3 வருடத்திற்கு பிறகு எங்களுக்கு கல்யாணம் ஆனா புதிதில் அவனுக்கு ஒரு வாய்ப்பு கிடைத்தது, நான் வந்த ராசி என்று என்னை மகாராணிபோல் நடத்தினான் இருவரும் சந்தோசமாக இருந்தோம்,

பட பூஜை போட்டு, ஷூட்டிங் எல்லாம் ஆரம்பித்து விட்டது, நன்-றாக தான் வாழ்க்கை சென்று கொண்டு இருந்தது, 8 மாதத்தில் படம் முடிந்து ரிலீஸ்க்கு தயார் ஆனது, அப்போது இயக்குனர் மற்றும் தயாரிப்பாளர் இடையே மனக்கசப்புகள் ஏற்பட்டு ரிலீஸ் தள்ளி தள்ளி போனது , சண்டை பெரிதாகி படம் இன்றுவரை ரிலீஸ் ஆகவில்லை, அதன் பிறகு வாழ்க்கை மீண்டும் பின்னோக்கி செல்ல ஆரம்பித்தது,

அதன் பிறகு பல முறை வாய்ப்புகள் தேடி அலைந்தும் எதுவும் கிடைக்கவில்லை, நான் கர்ப்பமான நேரமும் அதுதான்.

அப்போது என் குழந்தை என்னை ஒரு ஹீரோவாக தான் பார்க்க-ணும் என்ற நினைப்பில் தீர்மானமாக இருந்தார் உன் அப்பா, அதற்கான

முயற்சியிலும் இருந்தார், ஆனால் எங்களது துரதிஷ்டம் அவருக்கு எதுவும் கிடைக்கவில்லை,

நீ பிறந்த வேளையில் பொருளாதார நிலையில் மிக மிக கஷ்டத்தை அனுபவித்தோம் , பால் வாங்க கூட காஸ் இல்லாத தருணம் அப்போது உனக்காக ஒரு முடிவை அவர் எடுத்தார்.

இனியும் தேடிக்கொண்டே இருந்தால் இவனின் எதிர்காலம் வீணா-கிவிடும் அவனுக்காக நாம் இனி வாழவேண்டும் என்று தன் கனவை இழந்தார், வேறு சில வேலைகளுக்கு சென்று சம்பாதித்து உன்னை வளர்க்க ஆரம்பித்தோம், ஆனாலும் சினிமா மீது கொண்ட காதல் அவரை சினிமாவிலே வேறு வேலைகள் தேட வைத்தது , அப்படி கிடைத்ததுதான் இந்த டூப் மற்றும் ஸ்டண்ட் மேன் வேலை,

உயிரை பணையம் வைத்து தினமும் வேலை செய்துதான் உன்னை படிக்கவைத்து வருகிறார், நீ இப்போது 11வது கான்வென்ட் பள்ளியில் உனக்கு தேவையான அனைத்தும் கிடைக்க அவர் பல தியாகங்கள் செய்தும் உயிரை பணையம் வைத்தும் வாழ்ந்து வரும் அவர் தான் உன் ஹீரோ என்று அவள் சொல்லி முடிக்கும்போது, அவனை அறியாமல் ராமுவின் கண்கள் கலங்கியது.

தன் தந்தையை கட்டிப்பிடித்து மன்னிப்பு கேட்டு அழவேண்டும் என்று நினைத்து ரமேஷின் வருகைக்காக காத்துகொண்டு இருந்தான்,

இரவு ஆகியும் ரமேஷ் வரவில்லை, கண்மணி ரமேஷுக்கு போன் செய்தும் எடுக்கவில்லை கொஞ்ச நேரம் பிறகு அவளுக்கு ஒரு போன் வந்தது.

“நான் இப்போது ரமேஷ் நடித்து வந்த படத்தின் இயக்குனர் பேசு-றேன்மா, ரமேஷ் ஒரு ரிஸ்க்கான ஸ்டண்ட் பண்ணும்போது உயரத்தில் இருந்து தவறி விழுந்து இறந்துவிட்டர்மா , எங்களை மன்னித்து கொள்-ளுங்கள்” என்றார்.

இதை கேட்டவுடன் ஒரு நிமிடம் கண்மணியின் இதயம் துடிப்பதை நிறுத்தியது போல் உணர்ந்தாள், இந்த விஷியத்தை ராமுவிடம் சொல்-லாமல் அவனை அழைத்துக்கொண்டு வேகமாக படப்பிடிப்பு தளத்திற்கு ஓடினாள்,

அங்கே ரமேஷ் கீழே விழுந்து காயத்துடன் உறங்குவது போல் இருந்தான், அருகில் சென்றனர் அப்போது ரமேஷின் உடலில் உயிர்

இல்லை என்பது தெரியவந்தது, இருவரும் ரமேஷின் உடலை கட்டிப்பிடித்து அழ தொடங்கினர்,

" என்னை மன்னித்துவிடு அப்பா என்று சொல்லிக்கொண்டே அழுதான்" ராமு …….

ஒரு வாரத்திற்கு பிறகு …….

இழப்பிற்கு, ரமேஷின் குடும்பத்திற்கு இயக்குனர் மற்றும் தயாரிப்பாளர் தலா 10 லட்சம் ருபாய் கொடுத்தனர் அதை வைத்து பிள்ளைகளை வளர்த்து வந்தாள் கண்மணி .

ஒரு நாள் புதிதாக ஒருவர் கண்மணியின் வீட்டிற்கு வந்தார்,

" நாங்கள் இன்சூரன்ஸ் கம்பெனியில் இருந்து வருகிறோம், உங்கள் கணவர் போட்டு வைத்திருந்த இன்சூரன்ஸ் பணம்" என்று அவரும் கண்மணிக்கு பணம் கொடுத்தார்.

ரமேஷ் இறந்தும் அவன் குடும்பத்திற்கு நிழல் நாயகனாக தன் குடும்பத்தை காத்துக்கொண்டு இருக்கிறான்.

"தந்தைகள் செய்யும் தியாகங்களை பிள்ளைகள் அறிவதில்லை, பல தந்தைகள் அதை வெளிப்படுத்துவதும் இல்லை, தந்தை என்ன தொழில், என்ன வேலை செய்தாலும் பிள்ளைகளுக்காக வாழும் அனைத்து தந்தைகளும் நாயகன் தான்."

கதை 6: வெற்றி பாதை

6

வெற்றி பாதை

“டேய், போச்சுடா இந்த தடவையும் மார்க்ஸ் கம்மி ஆயிடுச்சு, வீட்-டுக்கு போன அப்பா அடி வெளுக்க போறாரு “ என்று பயத்துடன் தன் நண்பன் செல்வமிடம் செந்தில் குமுறினான்,

“வழக்கமா நடக்குறதுதானா இதை போய் பெருசா பேசிட்டு இருக்க விடுடா” என்று செந்திலின் தோளைத்தட்டினான்.

ஆனாலும் செந்திலுக்கு உள்ளுக்குள் பயமாகவே இருந்தது, இன்று என்ன நடக்குமோ என்ற பயத்தில் நடந்து சென்றான்.

அவன் வீட்டின் உள்ளே செல்லும் போது, அவன் அப்பா வேறு யாருடனோ பேசிக்கொண்டு இருக்கும் சத்தம் அவன் காதில் கேட்டது,

“என் பையன் உங்க பையன் மாதிரி இல்லை சார் படிப்பில் கொஞ்-சம் சுமார் தான் ஆனால் எப்படியும் இந்த பனிரெண்டாவது தாண்டி-டுவான்னு நம்புறேன்“ என்று எதிர் வீட்டிலில் வசிக்கும் அசோக்கின் தந்தையுடன் பேசிக்கொண்டு இருந்தார் .

அசோக், தான் செந்திலுக்கு இருக்கும் ஒரே எதிரி ,காரணம் நீங்கள் நினைப்பது சரிதான், எதிர் வீட்டு பையன் நன்றாக படித்தால் அதை ஒப்பிட்டு காட்டி திட்டும் பழக்கம் செந்தில் வீட்டிலும் உள்ளது.

வீட்டிற்குள் வந்தவுடன் வேகமாக அவன் அறைக்கு சென்றான் உடைகளை மாற்றினான், அப்பா அவர் நண்பருடன் பேசி முடிப்பதற்-குள், கிளம்பி டுஷனிற்கு சென்றுவிட்டான் .

செந்திலின் நடவடிக்கையை வைத்து அவன் தந்தை கோபால் புரிந்து கொண்டார்,''சரி இன்றும் மார்க்ஸ் கம்மி'' என்பதை, அவன் வீட்டிற்கு வரும்வரை காத்திருந்தார் .

வீட்டிற்கு வந்தவுடன், " மெதுவாக தன் தந்தை முன் வந்து, விடைத்தாள்களை நீட்டினான் அவர் ஒன்று ஒன்றாக பார்த்து முடிப்பதற்கு முன்

"அடுத்த பரீட்சையில் அதிகம் வாங்கிவிடுவேன் அப்பா " என்றான்.

அவர் தலையை ஆட்டிவிட்டு, "இதை கேட்டு கேட்டு என் காதில் ரத்தமே வந்துவிட்டது , இன்னும் நீ இதை சொல்வதை நிறுத்தவில்லை " என்றார்.

"என் கடமை படிக்கவைப்பது உனக்கு அதில் விருப்பமில்லை, இந்த பனிரெண்டாவது மட்டும் தாண்டிவிடு அதன் பிறகு உன் படிப்பை நிறுத்திவிடலாம் , உறுபடாமல் போவது என்று முடிவு செய்துவிட்ட அதன்படியே இரு , நான் இருக்கும் காலம் வரை உனக்கு தண்டசோறு போடுவேன், வீட்டில் இரு " என்று தன் ஆதங்கத்தை வெளிப்படுத்திவிட்டு சென்றார்.

தன் அறைக்கு சென்று அழ ஆரம்பித்தான், "ஏன் எனக்கு மட்டும் எதுவும் மண்டையில் ஏற மட்டுக்குது'' என்று தன்னை தானே கேட்டுக்கொண்டு அழுதான்.

அவன் மனம் தான் ஒரு தண்டசோறு தனக்கென்று ஒரு திறமையும் கிடையாது என்பதை ஆழமாக நம்பியது மதிப்பெண்கள் எடுக்காததை பெரிய தோல்வியாக நினைத்தது.

அடுத்து அடுத்து வந்த பரீட்சையில் மதிப்பெண்கள் மோசமாகி கொண்டே சென்றது ஆனால் இந்த முறை அவன் தந்தை அவனை கண்டுக்கொள்ளவில்லை, அவனிடம் இருந்து விலகி இருப்பதுபோல் நடந்துகொண்டார், ஏதோ ஐந்து அறிவு ஜீவன் போல் வீட்டில் அவனை நடத்தினார் , பெயரை கூட சொல்லாமல் அது இது என்று தான் பேசுவார்.

அவனின் கெட்டநேரம் மெயின் எக்ஸாமிலும் பாஸ் ஆகவில்லை. அவனை இதற்கு மேல் படிக்கவைப்பது வேஸ்ட் என்று நினைத்து அவனின் படிப்பை நிறுத்திவிட்டார் கோபால்.

“இதுக்கு எதாவது திறமை இருந்தால் அதற்கு ஏற்ற வேலைக்கு அனுப்பலாம் ஆனால் இதை எதில் சேர்ப்பது என்று தெரியவில்லை அதுபோக இது போன்ற முட்டாள்களுக்கு யார் வேலை தருவார்” என்று காட்டமாக தன் மனைவிடம் கத்தினார்.

இதையெல்லாம் கேட்டுக்கொண்டு இருந்த செந்திலின் மனதில் தாழ்வு மனப்பான்மை உணர்வு உச்சிக்கே சென்றது , நாம் இருப்பதும் இறப்பதும் ஒன்று தான் யாருக்கு என்ன பயன் என்று நினைத்தான் .

மறுநாள் செந்திலின் மாமா கோபி தன் தங்கையை பார்க்க வீட்டிற்கு வந்தார்.

“வா அண்ணா எப்படி இருக்க பிள்ளைகள் எல்லாம் எப்படி இருக்-காங்க?” என்று செந்திலின் அம்மா தன் அண்ணன் கோபியை விசா-ரித்தார்.

“எல்லாரும் நல்லா இருகாங்க, “

“என்ன அண்ணா , என்ன விஷயம் இந்த பக்கம் வந்திருக்க ? என்று சாரதா கேட்டார்.

“ஒண்ணுமில்லை, பசங்களுக்கு சில புத்தகங்கள் வாங்க பக்கத்துல இருக்கின்ற கடைக்கு வந்தேன் அப்படியே உன்னையும் பார்த்திட்டு போலாமுன்னு வந்தேன் “

“சரி அண்ணா குடிக்க ஏதாவது எடுத்து வரவா ?” என்று எழுந்-தாள்.

“வேண்டாமா, அண்ணன் வரும்போது தான் சாப்பிட்டு வந்தேன், சரி செந்தில் எங்க ? நல்ல படிக்குறானா ?” என்று கேட்டான்.

அவன் படிப்பை பற்றி பேசியதும் சாரதா முகம் வாடுவது கண்டான்.

“ அதை ஏன் கேக்குற, ரொம்ப மோசம் ஆகிட்டான், படிப்பு அவன் மண்டைல ஏறல, என்ன பண்றதுனு தெரியாம இருக்கோம், அவன் வாழக்கையை நெனச்சாதான் கவலையா இருக்கு” என்று தன் மன குமுறல்களை கொட்டினாள்.

இதை கேட்டவுடன் சற்று நேரம் யோசித்தான்,”சரி என்னிடம் ஒரு யோசனை உள்ளது ,நீ ஏன் அவனை என்னுடன் வேலைக்கு அனுப்ப கூடாது?” என்று கேட்டான்.

“அனுப்பலாம், ஆனால் அவனுக்கு உன் வேலை பற்றி என்ன தெரியும் சரியாக செய்வானா ? என்று தெரியாது “ என்றாள்.

“அதை எல்லாம் நான் பாற்றுக்கொள்கிறேன் நீ அனுப்புவியா ?” என்று கேட்டான்.

சாரதா உடனே செந்திலை கூப்பிட்டாள் ,”டேய் மாமா கூட வேலைக்கு போறியா ?” என்று கேட்டாள். செந்தில் தலையை ஆட்டி-னான்.

“சரி, அப்போ நாளைக்கு காலை 9 மணிக்கு மாமா வீட்டிற்கு வந்-துவிடு செந்தில் , நான் இப்போது கிளம்புறேன்”, என்று சொல்லிவிட்டு கிளம்பினான் கோபி.

கோபி சொன்னது போலவே அடுத்த நாள் காலை செந்தில் அங்கே சென்றான், கோபியின் வீட்டில் இருந்து பேசிக்கொண்டே இருவரும் நடந்தனர்.

“இன்னும் கொஞ்ச தூரம் தான் செந்தில் அப்புறம் மாமா வேலை செய்யும் இடம் வந்துவிடும்” என்றான் கோபி , தலையை ஆட்டிவிட்டு நடந்து வந்தான் செந்தில்.

“ஆமாம் உனக்கு நான் செய்யும் கார்பெண்டர் வேலை புடிக்குமா? நான் கூப்பிட உடனே வந்துருக்க அதுவும் ஆறுவத்துடன் “ என்று பேச்சை தொடங்கினான் கோபி.

“ அப்படியெல்லாம் இல்லை மாமா நீ கல் உடைக்க கூப்பிட்டு இருந்தாலும் வந்துருப்பேன், எனக்கு என்று தனியாக புடித்த வேலை அப்படியெல்லாம் இல்லை சொல்லப்போனால் திறமை என்று எதுவும் இல்லை என் அப்பா சொன்னது போல் நான் ஒரு உதவாக்கரை “ என்றான் செந்தில்.

“சரி, இனி உதவாக்கரை என்று உன்னை நீயே நினைப்பதை நிறுத்து, இந்த தொழில் உனக்கு பிடித்திருந்தால் கத்துக்கொள், இல்லை என்றால் உனக்கு பிடித்த தொழில் என்ன என்பதை நீ கண்டுபிடிக்க முயற்சி செய்”

“இதெல்லாம் பேசுவதற்கு நல்ல இருக்கும் மாமா ஆனால் நடை-முறையில் உண்மை என்னவென்றால் நான் எதற்கும் உறுபடியானவன் இல்லை என்பதுதான்” என்று சலிப்புடன் சொல்லிவிட்டு நடந்தான்.

தன் தந்தை அடிக்கடி சொன்னதும் , அவன் படிப்பில் தோல்வி அடைந்ததும் தான் அவனின் இந்த மனநிலைக்கு காரணம் என்பதை கோபி உணர்ந்தான்

முதல் ஒரு மாசம், செந்திலை ஹெல்பர் போலத்தான் நடத்தினான் கோபி, தான் செய்யும் வேலைகளுக்கு உறுதுணையாக செந்தில் இருக்கும்படி பார்த்துக்கொண்டான்.

தினமும் காலையில் எதிர் வீடு அசோக் காலேஜ்க்கு கிளம்புவான் அதே நேரம் செந்தில் வேலைக்கு கிளம்புவான், இதனை பார்க்கும் கோபால்,

“இதுவும் நல்லா படித்திருந்தால் இந்நேரம் காலேஜ் போயிருப்பான் ஆனால் இப்படி ஏதோ ஹெல்பர் வேலை செஞ்சுட்டு இருக்கு எல்லாம் என் தலையெழுத்து சாரதா “ என்று தலையில் அடித்துக்கொண்டார்.

தினமும் தன் மாமா வேலையை செய்வதை கூர்ந்து கவனிப்பான், கொஞ்ச கொஞ்சமாக எல்லாம் உபகரணங்களையும் எப்படி பயன்படுத்துவது என்பதை கற்றுக்கொண்டான்.

அவனுக்கு கொஞ்ச கொஞ்சகொஞ்சமாக இந்த வேலை பிடிக்க ஆரம்பித்தது, சற்று ஆறுவதுடன் செய்தான்.

தினமும் வெளியே முடிந்து செல்லும் போது அங்கே பொருள் செய்வதற்கு போக மிச்சம் வீணாக இருக்கும் மரத்துண்டுகளை வீட்டிற்கு எடுத்து வருவான் தன் மாமாவின் அனுமதியுடன்.

வீட்டில் வந்து அதை செதுக்குவான் முதல் 3 மாதங்களில் அவன் நினைத்தது போல் எதுவும் வரவில்லை ஆனால் அவன் தினமும் செதுக்குவதை வாடிக்கையாக வைத்து வந்தான்.

ஒரு நாள் ஏதேர்ச்சியாக கோபி செந்திலிடம் கேட்டான், “தினமும் மரத்துண்டுகள் எடுத்தது போற ஆனால் அதை வைத்து என்ன செய்கிறாய்?” என்று கேட்டான்.

“அது ஒருநாள் காட்டுறேன் மாமா இப்போ காட்ட முடியாது” என்றான்.

அடுத்த நாளுடன் அந்த இடத்தில் கார்பெண்டர் வேலைகள் முடிவடைகிறது எல்லாம் முடித்துவிட்டு முதலாளியிடம் மீதம் பணம் வாங்க இருவரும் சென்றனர் .

இவர்களின் வேலைகள் முதலளிக்கு பிடித்திருந்தது , கோபியை பாராட்டினார், அப்போது ஒரு பெரிய அட்டை பெட்டியுடன் செந்தில் உள்ளே நுழைந்தான்.

“சார், இது நான் உங்களுக்கு தரும் பரிசு” என்று பெட்டியை திறந்-தான்.

அதை பார்த்தவுடன் முதலாளி மற்றும் கோபியின் முகத்தில் பெரிய ஆச்சரியம்,

அந்த மீந்துபோன மரத்துண்டுகளை வைத்து அவன் அழகான ஓவி-யம் போல மற்றும் பிள்ளையார் போல அதை ஒவ்வொரு துண்டுகளை-யும் ஒவ்வொரு ஓவியம் போல் செதுக்கி இருந்தாள் அது பார்க்கவே மிகவும் அழகாவும் மிகுந்த வேலைப்பாடுகளுடன் இருந்தது.

அதை பார்த்ததும் முதலாளியின் முகத்தில் சந்தோசம், சந்தோஷத்-தில்

“இதற்கு நான் எவ்வளவு பணம் தரவேண்டும் என்று சொல் தருகி-றேன்” என்றார் ஆனால் பணம் வாங்க அவன் மறுத்துவிட்டான்.

இனி நான் கட்டும் எல்லாம் வீடுகளிலும் நீ தான் கார்பெண்டர் என்று அந்த முதலாளியின் இன்ஜினீயர் கூறினார், பின்பு அடுத்த வேலைக்கு முன்பணமும் கொடுத்தார்.

அதனை வாங்கிக்கொண்டு மகிழ்ச்சியுடன் வீட்டிற்கு சென்றான் செந்தில்.

நடந்த அனைத்தையும் கோபி, சாரதாவுடன் சொல்லி பெருமிதம் அடைந்தான், அப்போது வழக்கம்போல் அசோக்கின் அப்பாவிடம் பேசி-விட்டு கோபால் உள்ளே வந்தார்.

“ஹே, சாரதா அசோக்கிற்கு பெரிய கம்பெனியில் வேலை கிடைத்து விட்டதாம் படிப்பு முடிந்தவுடன் வேலையில் சேர்ந்துகொள்ளல்லாம் என்று காலேஜில் சொல்லிவிட்டார்களாம் மாச சம்பளம் 15 ஆயிரமாம்” என்றார், இதனை தொடர்ந்து நம்ம வீட்ல ஒன்னு இருக்கே” என்று ஆரம்பித்தார்.

அப்போது சாரதா கோபாலின் முன் அவன் வாங்கிய முன்பணம் 20 ஆயிரம் ரூபாவை நீட்டினாள்.

“ஏது இவ்வளவு பணம் ?” என்று கேட்டார்.

“இது என் பையன் சம்பாரித்தது” என்று பெருமையுடன் கூறினாள், பிறகு நடந்த அனைத்தையும் கோபாலிடம் கூறினாள்.

“அவனுக்குள் இப்படி ஒரு திறமையா ? என்று வியந்தான் கோபால்.

அது இது என்று சொல்லிக்கொண்டு இருந்த வாயில் இருந்து அவன் இவன் என்ற மரியாதை செந்திலுக்கு மீண்டும் கிடைத்தது.

“ஒவ்வொருவருக்கும் ஒரு தனி திறமை உண்டு அவர் அவருக்கு என்று ஒரு தனி வெற்றியும் அதற்கான பாதையும் உண்டு, படித்து ஒரு கம்பெனிக்கு வேலைக்கு சென்று பணம் சம்பாரிப்பது மற்றும் வெற்றி அல்ல, வெற்றி மனிதருக்கு மனிதர் மாறும் அதன் பாதைகளில் நாம் சரியாக நடக்கிறோமா என்பதே கேள்வி, படிப்பு வரவில்லை என்றால் அவனுக்கு எதிர்காலம் இல்லை என்ற நினைப்பை பெற்றோர்கள் உருவாக்கி அதை திணித்து பிள்ளைகளின் மனதில் தாழ்வு மனப்பன்மையை உருவாக்காமல், உடன் நின்று தனக்கான திறமையை கண்டுபிடிக்க பிள்ளைகளுக்கு உதவுங்கள்”

கதை 7: அறுவடை காலம்

7

அறுவடை காலம்

தமிழகம் -1920

தென் தமிழகத்தை 1920யில் என்ற மன்னன் ஆண்டு வந்தான். அவனுக்கு பிறகு அவன் தலைமுறையில் எந்த வாரிசும் கிடையாது. அவனது இறுதி காலங்களில் தென்தமிழகத்தை யார் ஆழவேண்டும் என்ற முக்கியமான முடிவை எடுக்கும் சூழ்நிலையில் இருந்தார். இரண்டு மதத்திற்கு பிறகு அந்த முடிவை அவர் எடுத்தார்.

தன்னுடைய ராஜ்யத்தை மூன்றாக பிரித்தார். அதனை தன்னுடைய மூன்று அரசவை மந்திரிகளாக ரகுபதி, சேனாதிபதி மற்றும் விக்ரமன் மூவருக்கும் பிரித்து கொடுத்தார். அதில் நிலவளம் மிகுதியாக இருக்கும் பகுதியை ரகுபதி ஆண்டு வந்தார் .

ரகுபதி அரியனையில் எறிய முதல் நாளே ஒரு விதிமுறையை விதித்தார். அந்த நாட்டு மக்கள் அனைவரையும் ஒரே இடத்தில் திரட்டினார், பிறகு "நான் ஆட்சி செய்யும் இந்த தேசத்திற்கு வரும் அனைத்து இன்பம் துன்பங்களை நான் பகர்ந்து கொள்வேன்". என்றார் பிறகு "இந்த ஊரில் வாழும் அனைத்து மக்களுக்கும் ஒரு சட்டத்தை போடுகிறேன். இந்த ஊரில் வாழ வேண்டும் என்று ஆசை இருபவர்களாக இருந்தால் ..ஒரு கட்டளையை பின்பற்ற வேண்டும்.

இந்த ஊரில் இருந்து ஒரு விவசாய நிலம் கூட வேறு காரணங்களுக்கு விற்க கூடாது. இந்த ஊரின் நிலவளத்தை அனைவரும் காக்க

வேண்டும்" என்றார் பிறகு ஊரில் இருக்கும் அனைத்து மக்களும் ரகு-பதியின் முன்னிலையில் ஊரின் வழக்கம்படி அரிசியின் மீது சத்தியம் செய்தனர்.

பல ஆண்டுகள் உருண்டு ஓடியது, மக்கள் அனைவரும் சத்தியத்தை மீறாமல் வாழ்ந்து வாழ்தனர் 1950களில் ரகுபதி உடல்நல குறைவினால் மரணம் அடைந்தார்.. ஆது மன்னர் ஆட்சி காலங்கள் முடிந்து மக்கள் ஆட்சி தோன்றிய காலம். முதல் முதலில் ஊருக்கு ஒரு பிரச்சனை, அந்த ஊரின் ஒரு விவசாய நிலத்தை, அந்த ஊரின் தற்காலிக தலை-வராக தேர்ந்தேடுத்த துரைபாண்டி, ஒரு நிலத்தரகருக்கு விற்க போவ-தாக ஊர்மக்கள் முன்னிலையில் அறிவித்தார்.

ஊர் தலைவரே இப்படி செய்வது மக்களுக்கு பெரும் அதிர்ச்சியை ஏற்படுத்தியது. மறுநாள்பத்திரப்பதிவு,மக்கள் எவ்வளவோ சொல்லியும் துரைபாண்டி கேட்கவே இல்லை, கடைசி நிமிடத்தில் ஒரு குரல் வந்தது.

''நிறுத்துங்கள்,யார் இடத்தை யார் பதிவு செய்வது'' என்று ரகுபதி-யின் மகன் வேங்கையனின் குரல் வந்தது, வெளி ஊரில் இருந்து மக்-கள் தகவல் அனுப்பியபிறகு கிளம்பி வந்தார், "இந்த ஊரே என் தந்தை சொந்தமானது, அவர் இட்ட கட்டளையை மீறி நீ எப்படி இந்த ஊரில்ழ வாழமுடியும் இனிமேல் இந்த ஊரில் இவன் இருக்க கூடாது" என்று ஆணையிட்டான்.

ஊர்மக்கள் அனைவரும் துரைபாண்டியை அடித்து ஊரை விட்டு வெளியே துறத்தினர், பிறகு ஊரின் தலைவராக வேங்கையன் ஊர் மக்-களின் சம்மதத்துடன் தலைவரானார். அதன் பிறகு ஒரு நீலமும் விற்கப் படவில்லை.

இரண்டு வருடங்களுக்கு பிறகு..........

தமிழகத்திலே வயல்வெளிகள் அதிகமாக காணப்படும் ஊர் என்பதால் அந்த ஊருக்கு தமிழக அரசு வயலூர் என்று பெயர் சூட்டியது, தை மாதம் அறுவடையை முன்னிட்டு அந்த ஊரில் காத்தாடி பந்தயம் நடத்-தும் ஒரு வழக்கம் உண்டு. எல்லோருடைய பட்டமும் மேலே பறந்தது, அதில் வில் படம் போட்ட காத்தாடிதான் மற்ற காத்தாடிகளை வெட்டிக்-கொண்டு இருந்தது, எல்லோரும் வில் காத்தாடி தான் ஜெய்க்கும் என்று எதிர்பார்த்து இருந்தனர்.

அந்த காத்தாடி ஷங்கர் என்பவனின் காத்தாடி,பந்தயத்தில் பல முறை ஜெய்த்தவன். அவனை ஊர் மக்கள் அனைவரும் வில் ஷங்கர் என்றே அழைப்பார்கள்.

வானில் இருந்த அனைத்து காத்தடியையும் அறுத்து வீழ்த்தியது வில் காத்தாடி. வெறும் இரண்டு காத்தாடி மட்டுமே வானில் இருந்தது, அப்போது புதிதாக ஸ்டார் காத்தாடி வானிற்கு வந்தது, ஒரே சமையத்தில் மூன்று காதடியையும் வெட்டியது. வில்ஷங்கரின் காத்தடியும் கிழே விழித்தது, கடைசியில் ஸ்டார் கடிகாத்தாடியே வெற்றிபெற்றது, அந்த காத்தாடியின் சொந்தக்காரன் ஸ்டார் ரகு அவன் தான் எப்பொழுதும் ஷங்கர்க்கு போட்டி.

காத்தாடி திருவிழாவில் வெற்றி பெறுபவர் வயலில் இருக்கும் கதிரைதான் முதலில் அறுத்து, ஊர் குலதெய்வம் மற்று சூரியபகவானுக்கு முதலில் படைப்பார்கள் அதுவே அந்த ஊரின் வழக்கம், இந்த அறுவடை முதல்முதலில் ராகுவின் வயலில் இருந்து தொடங்கியது.

வில் ஷங்கர், ரகு மீது மிகுந்த கோபத்தில் இருந்தான். ”என் வயலில் முதலில் நடைபெற வேண்டிய அறுவடை இவன் வயலில் நடக்கிறதே “என்று ஆனால் அவன் வெளிகாட்டிக்கவில்லை.ஆனால் ராகுவை ஏதாவது செய்ய வேண்டும் என்ற வெறி உள்ளுக்குள் இருந்தது.

ராகு அன்று காலையில் அறுவடையை முடித்துவிட்டு மதியம் அந்த ஊரின் பஸ்ஸ்டாப்-ஆன ஒரு ஆலமரத்தின் அடியில் போய் உக்கார்ந்திருத்தேன், அன்று இரவு வரை அங்கே இருந்தான், பிறகு ராகுவின் நண்பனான குமார் அங்கே வந்தான். “இங்க என்ன மாப்ள பன்ற ? "என்று கேட்டான். "அப்புறம் மதியத்தில் இருந்து வீட்டுக்கே வரவில்லை என்னடா ஆச்சு உனக்கு ?" என்று கேட்டான். அதற்கு ராகு "டேய் மறந்துட்டியா இன்று அறுவடை நாள் அவள் என்னை பார்க்க வருவேனு சொல்லிருந்தாள், ஞாபகம் இல்லையா? "என்று கேட்டான்.

“அட பாவி இன்னுமாடா அவளை நினைச்சிட்டு இருக்க ரொம்ப பாவம்டா நீ ....அவள் சொல்லிட்டு போய் மூன்று அறுவடை கடந்திருச்சுடா, வாடா விடு இனி அவலாம் வரமாட்ட என்று கூறி அவனை அழைத்துச்சென்றான,

ரகு ஏக்கத்துடன் அந்த இடத்தை விட்டு நகர்ந்தான்.

அன்று முழுவதும் ஊரே அறுவடை திருநாளான பொங்கலை கொண்டாடியது, ஆனால் ரகு மட்டும் அன்று முழுவதும் எதுவும் சாப்பிடாமல் அவளை பற்றி மட்டுமே யோசித்து கொண்டு இருந்தன்.

இரண்டு வருடங்களுக்கு முன்பு ....

அன்று இரவு ஒரு 1மணி இருக்கும். ரகு தூங்கி கொண்டு இருக்கும் போது யாரோ கதவை தட்டுவது போல் சத்தம் கேட்டது.

தூக்கத்துடன் கதவை துறந்தான். ஒரு பெண் "கொஞ்சம் தண்ணீர் கிடைக்குமா?".என்று சோர்வுடன் கேட்டாள்.

ரகு உள்ளே சென்று தண்ணீர் எடுத்து வந்து கொடுத்தான். ரகு தூக்கத்தில் அவள் முகத்தை சரியாக பார்க்கவில்லை

"யாரு மா நீ?, இந்த நேரத்துல இங்க வந்துருக்க சாப்பிட்டியா ?"என்று கேட்டான்.

அவள் தண்ணீரை குடித்த பிறகு அங்கு இருக்கும் திணையில் அமர்த்தாள். "நான் ரம்யா அக்ரி சயின்ஸ் ஸ்டுடென்ட் ஆறு மாசம் ஒரு ப்ராஜெக்ட் அதுக்காக இந்த ஊருக்கு வந்தேன்.

பஸ் ஸ்டாப்-ல இருந்து நடந்து வரேன் ஒரு வீடு கூட இல்லை, அப்புறம் கொஞ்சம் தூரம் தாண்டி தான் இந்த வீட்டை பார்த்தேன்,அதான் வந்தேன், உங்கள் தூக்கத்தை கெடுத்ததற்கு மன்னித்து கொள்ளுங்கள்"என்றாள்.

ரகு, "அய்யோ அப்படி எல்லாம் ஒன்றும் இல்லை நீங்கள் எங்கள் ஊர் விருந்தாளி முதலில் சாப்பிடுங்கள்",என்று சாப்பாடை எடுத்து வந்து கொடுத்தான். சாப்பிட பிறகு, ரகு "நீங்கள் உள்ளே படுத்துக்கொள்ளுங்கள் நான் இங்கே வெளியில் படுத்துக்கொள்கிறேன் காலையில் எங்களது ஐயா விடம் அழைத்து செல்கிறேன்" என்று கூறினான்.

அவள் தயக்கத்துடன் நின்றாள், அவன் "உள்ளே தாழ் போட்டு கொள்ளுங்கள்" என்று கூறிவிட்டு வெளியே திணையில் படுத்தான்.

மறுநாள் காலையில் ரகு எழுந்தவுடன் ரம்யா வெளியே நின்று முகம் கழுவுவதை பார்த்தான். அவளது கூந்தல் காற்றில் பறந்து அவள் முகம் மேல் விழ அதை அழகாக விரலை வைத்து கோதிக்கொண்டே ரகுவை பார்த்து "குட் மார்னிங்" என்றாள்.

பிறகு ரகுவிடம் "இன்றைய விடியல் மிகவும் சிறப்பாக இருந்தது" என்றாள்.

ரகு "ஏன்?" என்று கேட்டான்.

அவள்"காலையில் சிட்டுக்குருவிகளின் சத்தம், வெளியே அழகிய பச்சைபசேர் என்று வயல், மேல செக்கச்சிவந்தவானம்.

காலை பொழுதில் ஒரு இதமான இயற்கை காற்று, இவையெல்லாம் உணர்தேன்.இவையெல்லாம் எங்க ஊரில் கிடைக்காது" என்றாள்.

"ஓ! எனக்கும் காலையில் நல்ல காட்சிதான் என்று ஒரு மெல்லிய சிரிப்புடன் கூறினான். அவள் முகத்தில் ஒரு சின்ன புன்னகை,பிறகு ரம்யாவை அழைத்து கொண்டு வேங்கையன் ஐயா வீட்டிற்கு சென்றான்.

அங்கே ரம்யா ஊருக்கு வந்த விஷயத்தை ஐயாவிடம் கூறினான். 6 மாதம் இங்கே தங்கியிருந்து விவசாயம் பற்றிய விஷயங்களை கற்றுவர கல்லூரியில் இருந்து அனுப்பியதை கூறினான்.

எல்லாம் கேட்ட பிறகு , ஐயா ,"நல்லதுமா, தரலாமாக தங்கலாம், உனக்கு கற்றுக்கொடுக்க வேண்டிய பொறுப்பு ரகுவிடம் ஒப்படைக்கி-றேன், ரகு, உன்னுடைய வீட்டில் இருக்கும் மேல் பகுதியை அவள் தங்குவதற்கு ஏற்பாடு செய்து கொடு, அவளுக்கு துணையாக இருந்து எல்லாம் கற்றுக் கொடுக்க வேண்டியது உன் கடமை" என்றார்.

பிறகு, ரம்யாவிடம், "ரகு ரொம்ப நல்ல தம்பி அவரை நம்பி நீ தங்-கலாம்"என்றார். அவளும் சிறு புன்னகையுடன் தலையை அசைத்தாள்.

இருவரும் ஐயா வீட்டில் இருந்து வந்தார்கள். வீட்டிற்கு வெளியே ஒரு மாட்டு வண்டி இருப்பதை ரம்யா பார்த்தாள் ரகுவிடம்,எனக்கு இந்த வண்டியில் போக ஆசையாக இருக்கிறது என்றாள். ரகு தாராள-மாக போகலாம் என்று கூறினான்.

அந்த வண்டியில் அவளை ஒற்றிக்கொண்டு மொத்த ஊரையும் சுற்றி கட்டினான்.

மறுநாளில் இருந்து அறுவடைக்கு பிறகு விதை விதைக்க தொடங்-கினான்.

ரம்யாவும் கூடவே இருந்து எல்லாத்தையும் கற்றுக்கொண்டாள். இருவரும் சேர்ந்து தினமும் நிலத்தை உழுதனர், இருவருக்கும் இடை-யில் ஒரு பந்தம் இருப்பதுபோல் உணரத்தொடங்கினர்.

ஆறு மாதங்களுக்கு பிறகு அறுவடை வந்தது. ரகு வயலில் முதலில் வெட்டிய கதிரை ரம்யாவிடம் கொடுத்தான்.

"இது என்னுடைய ஒரு சின்ன பரிசு" என்றான்.

ரம்யாவிற்கு ராகுவின் குணங்களும் 6 மாதங்களாக அவளிடம் நடந்துகொண்ட விதமும் மிகவும் பிடித்து போனது. ஆனால் அவனிடம் அவள் வெளிப்படையாக கூறவில்லை.

அன்று இரவு அவள் ஊருக்கு கிளம்பினாள். ரகு பஸ் ஸ்டாப்-யிற்கு மாட்டு வண்டியில் அவளை அழைத்து சென்றான்.

பஸ் வருவதற்கு இன்னும் 15 நிமிடம் இருந்தது, ரம்யா கண்ணில் சிறிய கண்ணீர் துளி,

ரகு அதை பார்த்து "ஏன் கண் கலங்குகிறீர்கள்" என்று கேட்டான்.

அதற்கு ரம்யா"இந்த 6 மாதம் வாழ்க்கையிலே மறக்க முடியாத நாட்கள், இந்த ஊரை விட்டு பிரிய மனதே இல்லை" என்றாள்.

அவன், "அய்யோ கவலை படாதீங்க, இது உங்கள் ஊர் எப்போது வேண்டுமாலும் வரலாம்" என்றான்.

அவள், "இந்த ஊரை விட உங்களை பிரிவதில் தான் கஷ்டம் அதிகம்" என்றாள்.

அதை கேட்டவுடன் ராகுவிற்கு பேச்சே வரவில்லை, பிறகு, "அடுத்த அறுவடை வரை எனக்காக காத்திரு"என்று கூறினாள். பிறகு பஸ் வந்தவுடன் அதில் ஏறி சென்றாள்.

அன்று இரவு அவனுக்கு தூக்கம் வரவில்லை, ஏதோ ஒரு புதிய தனிமை எதையோ இழந்தது போல ஒரு உணர்ச்சி அவனுக்குள். மேலே அவள் தங்கியிருந்த இடத்திற்கு சென்றான்.

அங்கே அவளது டைரி ஒன்று இருந்தது. அதில்,அவள் ரகுவை பற்றி கவிதைகள் எழுதி வைத்திருந்தாள்,

"என் மரியாதைக்குரியவனே உன் மனதை மட்டும் கொடு, என் மனதோடு இணைத்து காலம் முழுதும் காப்பேன் ".

அந்த கவிதை அவன் மனதில் பதிந்தது, அவளது பிரிவால் கண்கள் கலங்க தூங்கியது ...ஆனால் மூன்று அறுவடை முடிந்த பின்பும், அந்த கண்களை அவனால் காண முடியவில்லை.

இன்று ,

ஊருக்குள் புதிதாக ஒரு பென்ஸ் கார் வந்தது. அது வேங்கையன் ஐயா வீட்டிற்கு முன்பு வந்து நின்றது.

அதில் இருந்து கோட் சூட் அணிந்து ஒருவர் வெளியே வந்தார். ஐயா அவனை உள்ளே அழைத்தார்.

''யார் நீங்கள் தங்களுக்கு என்ன உதவி வேண்டும் ?''என்று கேட்டார்.

அவன் "ஐயா,நான் ரஞ்சித், "ரஞ்சித் பெர்டிலிஸிர்" கம்பெனி-யின் எம்.டி எங்க கம்பெனி உரங்களை நீங்க உங்க ஊர்மக்களுக்கு பரிந்துறை செய்ய வேண்டும், நாங்கள் தரமான பொருட்களால் தான் எங்களது உரங்களை தயாரிக்கிறோம்''என்று கூறினான்.

"ம் ,நல்ல விஷயம் தான், ஆனால் உங்களது உரத்தை சரிபார்க்கமால் மக்களுக்கு பரிந்துரை செய்ய மாட்டேன்" என்றார்.

உடனே ரஞ்சித், ''ஐயா முதலில் ஒரு மூட்டை உரத்தை வாங்கி பயன்படுத்தி பாருங்கள் நல்ல விழைச்சலை தரும், அதன் பிறகே பரிந்துரை செய்யுங்கள்''என்றான்.

ஐயா, "ஆனால் ஒரு சின்ன பயிர் இறந்தாலும் உன் மரணம் வெகு விரைவில் இருக்கும்" என்று எச்சரிக்கை விடுத்தார்.

ரஞ்சித், "சரி" என்று கூறிவிட்டு, ஒரு மூட்டை உரத்தை ஐயா வீட்டில் கொடுத்துவிட்டு, "நன்றி ஐயா அறுவடை அன்று சந்திக்கிறேன்"என்று கூறிவிட்டு கிளம்பினான்.

மறுநாள் காலையில் ரகுவை ஐயா அழைத்து. "ரகு, இனி என் நிலத்திற்கு இந்த உர மூட்டையை பயன்படுத்து என்று ஆணையிட்டார். எப்போதும் ஐயாவின் நிலத்தை உழுவதும் ரகுதான்.

மறுநாளில் இருந்து அந்த உரத்தையே பயன்படுத்தி வந்தான், அந்த உரத்தை பயன்படுத்திய உடன் அந்த நிலத்தில் எந்த பயிரும் வளரவில்லை, இந்த விஷயம் ஐயாவிற்கும் தெரிய வந்தது,

அது மட்டும் இல்லாமல் அந்த நிலத்தின் தன்மையும் குழைந்து போனது.

ஐயா மிகுந்த சினத்துடன். "அந்த ரஞ்சித் எங்கு இர்ருந்தாலும் என் கால் அடியில் இருக்கவேண்டும்" என்று ஊரின் இளைநார்களுக்கு கட்-

டளையிட அடுத்த 8 மணி நேரத்திற்குள் அவன் ஐயாவின் காலடியில் இருந்தான்.

அவனை அடித்து துரோகி என்று பட்டம்கட்டி அசிங்க படுத்தி அனுப்பி வைத்தனர்.

அந்த நிலத்தை பார்த்தவுடன் ஐயாவின் மனம் கனமாக ஆகிவிட்-டது, 2 நாட்களாக சாப்பிடாமல் அதை நினைத்தே துன்பத்தில் இருந்-தார்.

மறுநாள் ரஞ்சித் மீண்டும் ஊருக்குள் வந்தான். ஐயாவிடம் ,"ஐயா நான் சொல்லுவதை பொறுமையாக கேளுங்கள். உங்கள் நிலத்தில் பயன் படுத்தியது நான் கொடுத்த உரமே இல்லை நான் கொடுத்து சென்ற பிறகு யாரோ அதில் சில நச்சு பொருட்களை கலந்து இருக்கிறார்-கள்.அதற்கான ஆதாரம் என்று அந்த மண்ணை ஆராய்ச்சி செய்த சான்றிதழை காண்பித்தான்.

அதை பார்த்தவுடன் ஐயாவிற்கு அதிர்ச்சி, "என் ஊரில் எனக்கே துரோகியா?" என்று, "சரி இரண்டு நாட்களுக்குள் நச்சு கலந்தவனை கண்டுபிடிக்கிறேன்"என்றார்.

இரண்டு நாட்கள் கடந்தது, ஊரை விட்டு துரத்தப்பட்ட துரைபண்டி ஊருக்குள் வந்தான். ஒரு நிலத்தரகருடன், முதலில் ஐயாவை சந்தித்-தான்.

"ஐயா நான் அன்று செய்த தப்பை அன்றே உணர்ந்துவிட்டேன், இன்று இந்த ஊருக்கும் உங்களுக்கும் ஒரு பிரச்சனை அது தெரிந்தும் என்னால் சும்மா இருக்க முடியவில்லை"என்றான்.

ஐயா,"என் ஊருக்கு பிரச்சனையா என்ன உலருகிறாய் " என்றார்.

அதற்கு, "ஆமாம் ஐயா...இதோ இவர் ஒரு நிலத்தரகர் இவரை கொஞ்ச நாளாக ஊருக்குள் நடமாடுவதை கண்டேன் அவரை பிடித்து அடித்து கேட்டேன், யார் நீ? உனக்கு இந்த ஊரில் என்ன வேலை? "என்று,

அதற்கு அவன், "நான் ரகுவை பார்க்க வந்தேன். அவன் எனக்கு இந்த ஊரின் ஐயா நிலத்தை முடித்து தரச்சொன்னான்",என்றான்.

நான் உங்களையும் ஊர் கொள்கையும் பற்றி கூறினேன், அதற்கு அவன் ராகு ஒரு திட்டம் வைத்துள்ளான்,அந்த நிலத்தின் தன்மையை அழித்து விட்டால் வேறு வழியின்றி விற்று விடுவார்" என்று கூறினான்.

இதை கேட்ட பிறகு கோபத்தில், ரகு மீது எந்த விசாரணையும் செய்யாமல் அவனை அழைத்து, "உண்ட வீட்டிற்கு துரோகம் இழைத்த துரோகி" என்று கூறி அடித்து, பிறகு ஊர் முன்னிலையில் ஒரு கட்டளை விதித்தார்.

"இவன் இனி அவன் நிலத்தை உழ கூடாது அதை துரைபண்டி உழுவட்டும்,இனி அவனுக்கு தண்டனையாக அவன் என் நிலத்தை சரி செய்யும் வரை அவன் என் நிலத்தை தான் உழ வேண்டும்" என்று கட்டளையிட்டார்.

ரகு நிரபராதி என்பதை நிரூபிக்க அவன் விரும்பவில்லை ஏனேனில் விசுவாசம் வைத்த ஐயாவே அவனை நம்பவில்லை என்ற சோகம், அவனும் அந்த கட்டளையை ஏற்றுக்கொண்டான்.

அன்று நடந்த அந்த துயர சம்பவத்தை நினைத்து வருத்தத்துடன் படுத்து கொண்டு இருந்தான்.

அப்போது யாரோ கதவை தட்டுவது போல் சத்தம் கேட்டது, ரகு எழுந்து கதவை துறந்தான், வெளியே ரம்யா நின்று கொண்டு இருந்தாள்.

ரகுவை பார்த்தவுடன் அவளின் கண்கள் கலங்கியது. உதட்டில் சிரிப்புடன்,கண்களில் கண்ணீருடனும்,

"கொஞ்சம் தண்ணீர் கிடைக்குமா?"என்று கேட்டாள். ரகு உடனே தண்ணீர் எடுக்க திருப்பினான். அப்போது ரம்யா அவனை கட்டிப்பிடித்து. "இனி உன்னை விட்டு போக மாட்டேன் காத்திருந்ததற்கு நன்றி,என்னை மன்னித்து விடு" என்றாள்.

ரகுவிற்கு சந்தோஷம் ஏற்பட்டது. பிறகு "ஏன் எவ்வளவு நாட்கள்?" என்று அவன் கேட்டான்.

அவள்,"நான் படிப்பை முடித்துவிட்டு, என் அப்பாவை சம்மதிக்க வைக்க நாட்கள் ஆகிவிட்டது, இனி எங்கும் போக மாட்டேன் உன்னை விட்டு" என்றாள்.

பிறகு ரகு தற்போது இருக்கும் சூழலை எடுத்து கூறினான். ஊரில் நடந்த அந்த துயர சம்பவத்தையும், மறுநாள் அந்த நிலத்தை ரம்யா ஆய்வுசெய்து, அதை சரிசெய்ய உரமாக எதையெல்லாம் போட வேண்டும் என்று ரகுவிற்கு ஆலோசனை கொடுத்தாள். இருவரும் அதை சரி செய்வதில் கவனமாக இருந்தனர், ஆனாலும் ஊர்மக்கள் அனைவரும் ரகுவை ஒரு துரோகியாகவே பார்த்தனர்.

மறுநாள் அய்யாவின் மனைவி சீதாம்மா ஐயாவிடம்,''நீங்கள் இன்னும் நம்புகிறீர்களா? ரகுதான் அப்படி செய்து இருப்பான் என்று''.

அதற்கு ஐயா, "அவனை என் பிள்ளை மாதிரி வளர்த்தேன் இல்லை என் பிள்ளைதான் அவன் எனக்கு தெரியாத அவனது குணத்தை பற்றி என் பிள்ளை என் நிலத்தை அப்படி செய்யமாட்டான்"என்றார்.

அதற்கு அம்மா,''சரி அப்புறம் ஏன் அவனுக்கு இந்த தண்டனை?" என்று கேட்டார்.

அதற்கு ஐயா,''அவனை தவிர யாராலும் அந்த நிலத்தை சரி செய்ய முடியாது அதனால் தான் அவனுக்கு அப்படி ஒரு வேலையை கொடுத்தேன்." என்றார்.

அன்று இரவு மழை பெய்வது போல் வானம் இருள்சூழ்ந்து இருந்தது. ரகு வயலுக்கு சென்று மழை பெய்தால் நீர் செல்வதற்கு வரப்பு வெட்ட கிளம்பினான்.

ரம்யாவும் அவனுடன் பேசிக்கொண்டே வயலுக்கு வந்தாள். அப்போது பம்புசெட் அருகில் துரைபண்டி அவனது கூட்டாளிகளுடன் சாராயம் குடிப்பதை கண்டனர். அவர்கள் பேசுவதை அவர்களுக்கு தெரியாமல் ரகுவும் ரம்யாவும் கேட்டனர்.

அவன் அவனுடைய கூட்டாளிகளிடம்,"இதுதான் சரியான நேரம், ஐயாவிற்கு என் மீது நம்பிக்கை வந்துவிட்டது ஊர் மக்களும் என்னை நம்பத்தொடங்கிவிட்டனர், இந்த சமயம் ஐயாவை இரவோடு இரவாக கொன்றுவிட்டு பழியை ரகு மீது போட்டுவிட்டால் மீண்டும் ஊர்த்தலைவர் ஆகி விடுவேன்" என்று துரைபண்டி அவனது கூட்டாளி நாலு பேரிடம் கூறினான்.

அதே போல் ஐயாவை கொலை செய்ய அந்த நான்கு பெரும் ஐயா வீட்டிற்கு பின்னால் இருக்கும் வயலில் பதுங்கி இருந்தனர்.

இதை கேட்டவுடன் ரகுவும் வயலுக்கு சென்றான் "கோழைகள் மாதிரி யாரும் ஒழிய வேண்டாம், உண்மையான வீரனாக இருந்தால் என்னை முகத்திற்கு நேராக வந்து என்னை கொன்றுவிட்டு என் ஐயாவை நெறுங்குங்கள் பார்போம்''என்றான்.

மழை பெய்யத் தொடங்கியது, வேட்டியை மடித்துகட்டி விட்டு வீரமாக நின்றான். நான்கு பேரையும் அடித்து யாருக்கும் தெரியாத ஒரு இடத்தில் வாய்யையும் கை கால்களையும் கட்டிவைத்தான், ஆனால்

துரைபாண்டி நான்கு பேரை விட்டுவிட்டு தப்பிச்சென்றான்.

மறுநாள் ஊரில் காத்தாடி திருவிழா எல்லாருடைய காத்தடியும் பறந்தது துரைபாண்டியின் காத்தாடியும் பறந்தது ஆனால் ரகுவின் ஸ்டார் காத்தாடி இல்லை ஏனெனில் அவனிடம் நிலம் எதுவும் இல்லை என்பதால்.

ஏக்கத்துடன் காத்தாடிகளை பார்த்து கொண்டு இருந்தான். அப்போது ஐயா அங்கே வந்தார் ரகுவின் அருகில் வந்து,

"நீ காத்தாடி பறக்க விடுடா."என்று கூறினார். அதற்கு ரகு, "ஐயா என்னிடம் தான் நிலமே இல்லையே அறுவடைக்கு" என்றான்.

"என் நிலத்திற்காக நீ பறக்க விடு இந்தா உன்னுடைய ஸ்டார் காத்தாடி", என்று அவன் கையில் கொடுத்தார்.

ரகு மிகுந்த சந்தோசத்தில் இருந்தான். ஸ்டார் காத்தாடி வானில் பார்ப்பதை பார்த்து அனைவரும் ஆச்சிரியம் அடைத்தனர்.

பிறகு துரைபண்டியின் காத்தாடியை வில்சங்கர் பிடிப்பதை பார்த்தவுடன் ரகுவிற்கு ஒரு சிறிய சந்தேகம்

"ஏன் அவனுடைய காத்தாடியை பிடிக்கிறான் என்று.பிறகு அந்த இடத்தில் துரைபண்டி கூப்பிட்டு வந்த நிலத்தரகரையும் பார்த்தான்.

அவனை பின்தொடர்ந்தான் காத்தாடியை ஐயா கையில் கொடுத்து விட்டு, அந்த தரகர் வில்ஷங்கர் குடோனிருக்கு சென்றான்.

அங்கு தான் துரைபாண்டி இருந்தான், அங்கு ரஞ்சித் கொடுத்த உரமூட்டையும் இருந்தது.

அதன்பிறகு தான் எல்லாம் உண்மையும் ராகுவிற்கு தெரியவந்தது.

ஐயாவிடம் கூறுவதற்காக வந்தான். ஐயா,"வில்ஷங்கர் கோடௌன்யில் இருந்து வருகிறாய் சரியா"என்று கேட்டார்.

ரகு ஆச்சிரியதுடன் "உங்களுக்கு எப்படி தெரியும்?" என்று கேட்டான்.

ஐயா அதற்கு ,"நான் இங்கு வருவதற்கு முன்பு ரம்யாவை சந்தித்தேன், அவள் எனக்கு நான்கு நல்ல மனிதர்களை அறிமுகம் செய்தாள், ரொம்ப நல்ல மனிதர்கள், கொஞ்சம் அடித்ததற்க்கே அணைத்து உண்மையும் கூறிவிட்டார்கள்.

எல்லாத்திற்கும் துரைபாண்டி தான் காரணம் என்று நினைத்திருதேன், ஆனால் உரமூட்டையை மாற்றி வைத்தது வில்ஷங்கர் இருவரும்

சேர்ந்து செய்த செயல் என்பதை அறிந்தேன்"என்றார்.

காத்தாடி திருவிழா முடித்தவுடன், ஊர்மக்கள் அனைவரையும் ஒரு இடத்தில் கூட சென்றனர். ஊர்மக்கள் முன்னிலையில் துரைபாண்டயையும் வில்ஷங்கரையும் தலைகீழாக கட்டி தொங்க விட்டு இருந்தார்.

பிறகு வேங்கையன் சினத்துடன் ஊர்மக்கள் முன்னிலையில்,

"ஒரு நிலம் என்பது ஒரு தாயிற்கு சமம், ஒரு தாய் எப்படி ஒரு பிள்ளையை சுமந்து பெற்று எடுக்கிறாலோ அதே போல் ஒரு நிலமும் ஒரு விதை சுமந்து, அதற்கு தேவையான பொருட்களை வழங்கி, 12 மாதங்கள் அதை வளர செய்து கதிராக பெற்று எடுக்கிறது, நமக்கெல்லாம் உணவளிக்கும் அந்த தாய்யை இப்படி செய்வதற்கு உங்களுக்கு எப்படி இப்படி ஒரு மனசு வந்தது, இந்த விலை நிலங்களை பணத்திற்கு விற்று விட்டு என்ன வெறும் பணத்தையா சாப்பிட போரிங்க.முட்டாள்களா!... நம்நாட்டு அன்னை நிலத்தை எல்லாம் இப்படி அழித்து விற்று விட்டு அன்னத்திற்கு அடுத்த நாட்டிடம் கையேந்தும் அவல நிலை வந்தால் அது நம் தமிழினத்திற்கே அவமானம்", பிறகு அந்த இருவரையும் கால் நரம்பை அறுத்து வெளி ஊரில் விட்டுவிட கட்டளை இட்டார் ,"இனி இவர்கள் இங்கே இருக்க வேண்டாம்" என்றுகூறினார்.

பிறகு அங்கே ஒரு கார் வந்தது, அதில் இருந்து ரம்யாவின் தந்தை வந்தார்.

வேங்கையனிடம் "ஐயா,நான் ரம்யாவின் தந்தை ரகுவை மாப்பிள்ளையாக எங்கள் ஊரான பட்டினத்திற்கு அழைத்து செல்ல ஆசைப் படுகிறேன்" என்றார்.

அதற்கு ரகு "முடியாது மாமா...எங்கள் ஊர் மக்களை விட்டு என்னால் வரமுடியாது"என்றான்.

அதற்கு ரம்யாவின் அப்பா, "மாப்பிள்ளை நான் கோடிக்கணக்கான சொத்திற்கு அதிபதி என் மகளை கட்டிக்கொண்டாள் அனைத்தும் உங்களுக்குத்தான்,வாருங்கள்" என்று அழைத்தார்.

ரகு அதற்கு அவரை பார்த்து, "பணம் அதை வைத்து எதுவும் கிடைக்காது மாமா உண்மையான விஷயங்களை அதனால் வாங்க முடியாது, பட்டினத்து வாழ்க்கை அது நரகத்திற்கு சமம், நாள் முழுதும் பணத்திற்கு பின்னால்,பக்கத்து வீட்டு உறவினர்களின் பெயர்கூட தெரியாத ஒரு வாழ்க்கை,செயற்கையான காற்று,கலப்படமான உணவு,ஆரோகியமில்லாமல் பணம் பின்னால் ஓடும் வாழ்க்கை எனக்கு

வேண்டாம்.எங்கள் ஊரில் உண்மையாக நேசம் வைக்கும் உறவுகளும் இயற்கையும் இங்க இருக்கிறது.உங்கள் மகளை ஊரின் மருமகளாக வேண்டுமானால் தாருங்கள்" என்று கூறினான்.

ஊர்மக்கள் அனைவரின் முன்னிலையில் கல்யாணம் நடைபெற்று பிறகு அந்த ஊரின் நுழைவாயிலில்

"இந்த ஊருக்கு வர நிலத்தரகர்கள் மற்று நில வியாபாரிகளுக்கு அனுமதியில்லை" என்று போர்டு வைக்கப்பட்டது.

நட்பு

கதை 8:தனிமையின் அழகு

8

தனிமையின் அழகு

"அமைதியின் அழகே சுகம்"

ஒரு நல்ல போராளியின் குணமே நிராகரிப்புகளை தாங்கிக்கொண்டு அதை கடந்து செல்வது தான், பின்னர் மீண்டும் அடுத்த நிராகரிப்புக்கு தயார் ஆக வேண்டும், இங்கு சாதித்த அனைவருமே போராளிகள், பல நிராகரிப்புகளை சுமந்தவரே, நானும் போராளி தான் ஆனால் சாதித்தவனா? இல்லை, ஆனால் பல துன்பங்களையும், நிராகரிப்புகளையும் சுமந்தவன் தான். ஆனால் முயற்சிகளை இன்னும் விடவில்லை, கனவுகளை அடைய பல கடினமான பாதைகளை கடந்து தான் ஆக வேண்டும்.

அந்த பாதைகளின் கடினங்களை உணர்ந்து அதன் வலியுடனே பலர் கனவுகளை அடையாமல் பாதியில் தோற்றதும் உண்டு. இது என் வாழ்வில் ஒரு முக்கியமான கடினமான முடிவை எடுக்கும் தருணம் கடினங்களை தாண்டி பயணத்தை மேற்கொள்வதா? அல்லது, இந்த வலியுடன் முயற்சியை கைவிடுவதா? மனதின் உறுதி அதிகம் ஆனால் போதுமான அளவு நிராகரிப்புகளை தாங்கி தற்போது வழுவற்ற நிலையில் இருக்கிறது.

மனதின் உறுதி உடைந்து கனவின் பயணத்தில் இருந்து பின் வாங்கிவிடலாம் என்ற முடிவை எடுத்தேன், இனி அந்த கனவு கலைந்ததாகவே இருக்கட்டும். இது நான், ஒரு தோற்றுப்போன எழுத்தாளர் செந்தமிழ்செல்வனின் கதை,

4 வருடங்களுக்கு முன்,

கல்லூரி வாழ்க்கை முடிந்து விட்டது அடுத்து வாழ்க்கையில் என்ன செய்யப் போகிறேன் என்று தெரியாமல், பல கம்பெனியில் இன்டெர்வியூ அட்டென்ட் பண்ணியும் எதிலும் வேலை கிடைக்காத தருணம். என் ஊர் சொக்கநாதபுரம், தஞ்சாவூர் மாவட்டம், சென்னையில் காலேஜ் படிப்பை படிக்க வந்தேன். அம்மா, அப்பா, நான் சிறுவயதில் இருக்கும்போது விபத்தில் இறந்து விட்டனர். அதில் இருந்து பாட்டி என்னை வளர்த்தது, அதுவும் இப்போது என்னுடன் இல்லை. மாதம் முழுவதும் பார்ட் டைம் வேலை செய்து தான் காலேஜ் பீஸ் கட்டிப் படித்தேன். இப்போது BSc Maths முடித்து விட்டேன். ஆனால் அடுத்து எந்த வேலையும் கிடைக்காமல், சென்னையில் தினம் ஒரு கம்பெனி ஏறி இறங்கினேன்.

சிறுவயதில் இருந்தே தனிமை என்பது பழக்கப்பட்ட அனுபவம் தான். ஆனால் அந்த தனிமை தான் எனக்குள் இருக்கும் ஒரு திறமையை வெளியே கொண்டு வந்தது. சிறுவயதில் இருந்தே தனிமையில் இருக்கும்போது கதைகள், கவிதைகள் எழுதுவேன். எழுத எழுத அந்த பழக்கம் என் திறமையாக மாறியது. ஆனால் அதை படிக்கும் வாசகர் வட்டாரம் மிகவும் குறுகியது தான், அதனால் என் திறமை பெரிதாக வெளி உலகத்திற்கு தெரியும் வாய்ப்பு கிடைக்கவில்லை. சிறுகதைகள் எழுதிக்கொண்டு இருந்த எனக்கு ஒரு நாவல் எழுதி வெளியிட வேண்டும் என்று ஆசை இருந்தது. அதற்கான வேலைகளை ஆரம்பித்தேன். எப்பொழுதும் கதைகளை எழுதி முடிக்கும் வரை அதை யாரிடமும் பகிர மாட்டேன். சில சமயங்களில் என் நண்பன் கிருஷ்ணனிடம் மட்டும் சொல்வேன், அவனும் நானும் சிறுவயதில் இருந்து நண்பர்கள், சொக்கநாதபுரத்தில் ஒன்றாக படித்தோம். தற்போது சென்னையிலும் ஒன்றாக படிக்கிறோம். ஒரே ரூமில் தான் தங்கி இருக்கிறோம்.

இந்த நாவலின் கதையை அவனிடம் மற்றும் சொன்னேன்.அவன் சூப்பர் மச்சி, இது கண்டிப்பா நம்ம லைப்யே மாற்றும் என்ற நம்பிக்கையை கொடுத்தான். நான் அவனிடம் இருக்கும்போது, என் அம்மா, அப்பா இல்லை என்ற குறையே இருக்காது எப்போதும் என்னை சிரிக்க வைத்து எனக்கு துணையாக அவன் நிற்பான். நான் வேலையில்லாமல், வேலை தேடி அலையும் இந்த தருணத்திலும் அவன் தான் வேலைக்கு

சென்று எனக்கு சாப்பாடு போடுகிறான்.

ஒரு நாள் அவன் எனக்கு ஒரு யோசனை சொன்னான். “மச்சி நீ நேரடியாக உன் நாவலை புத்தகமாக வெளியிட்டால் அதை நிறைய பேர் படிக்க மாட்டாங்க, நீ புதிய எழுத்தாளர் என்பதால் உன் புத்தகத்தை வாங்க தயக்கம் காட்டுவார்கள். அதனால் உன் சிறுகதைகள் ஒரு 10 அல்லது 15 கதைகளை தொகுத்து ஒரு புத்தகமாக வெளியிடு அதில் கிடைக்கும் ரெஸ்பான்ஸ் வைத்து உன் நாவலுக்கு என்ன செய்யலாம் என்று யோசிப்போம்” என்றான்.

நான், “மச்சி அதுக்குலாம் நிறைய செலவு ஆகும்டா”, என்றேன்.

"செலவை பற்றி கவலை படாதே நான் என் தங்கச்சிக்காக சேர்த்து வைத்த பணம் இருக்கிறது, இப்போது இதை வாங்கிக்கொள். பிறகு கல்யாணம் செய்யும் பொது அதை திருப்பிக்கொடு. அதுக்கு தான் இன்னும் வருடங்கள் இருக்குதே" என்றான்.

நான் தயக்கத்துடன், "பரவாயில்லை மச்சி, இதை திருப்பிக்கொடுக்க முடியவில்லை என்றால் நீ மிகவும் கஷ்டப்படுவாய்" என்றேன்.

அவன் நீ கொடுக்காவிட்டாலும் பரவாயில்லை என்று கூறி என் கையில் பணத்தை வைத்துவிட்டு ஆபீஸ்க்கு கிளம்பினான்.

நான்,மறுநாள் நான் எழுதியதுலே சிறந்த கதைகளை தொகுக்க ஆரம்பித்தேன்.15 கதைகளை தேர்ந்தெடுத்தேன். அடுத்த ஒரு வாரத்திற்குள் அது புத்தகமாக மாறியது. நம்பிக்கையுடன் வெளியிட்டேன். நிறைய வாசகர்கள் கிடைப்பார்கள், வெற்றி அடைந்து விடுவேன் என்று. அந்த புத்தகத்தில் கடைசியில் என் ஈமெயில் ஐடி-யை கொடுத்திருதேன், வாசகர்களின் விமர்சனங்கள் மற்றும் கருத்துக்களை இந்த மின்னஞ்சல் மூலம் தெரிவிக்கலாம் என்று. முதல் இரண்டு நாளில் எந்த ஒரு மெயிலும் வரவில்லை.

மூன்றாவது நாள் ஒரு ஈமெயில் வந்தது. சமீராசங்கர் என்றே பெயரில் இருந்தது.

“Wonderful and mesmerizing stories. I find soul in your love stories and I am eagerly waiting for your next works”.

இந்த வார்த்தைகளை கண்டவுடன் என் மனதில் ஏற்பட்ட சந்தோஷத்தை வெளிப்படுத்த வார்த்தையே இல்லை, ஒரு எழுத்தாளனுக்கு

கிடைக்க கூடிய மிக பெரிய சந்தோசமே, தன் வேலைக்கு கிடைக்கும் பாராட்டுக்கள் தான். இந்த வார்த்தைகள் என்னை இன்னும் உத்வேகத்துடன் வேலை செய்ய தூண்டியது. அந்த ஈமெயில்க்கு

Thanks a lot for your precious comments,Keep supporting என்று ரிப்ளை செய்தேன்.இந்த சந்தோஷமான செய்தியை கிருஷ்ணனிடம் கூறினேன். ஆனால் ரொம்ப நேரம் அந்த சந்தோஷம் நீடிக்கவில்லை.

எங்கள் புத்தகத்தை பப்லிஷ் செய்த பப்பிளிகேஷனில் இருந்து போன் வந்தது. “உங்கள் புத்தகங்கள் எல்லாம் கடையில் சரியாக விற்கவில்லை என்ற புகார் வந்துள்ளது, இது இந்த வாரம் முழுவதும் தொடர்ந்தால் எங்கள் புத்தகங்களை எங்களுக்கே திருப்பி அனுப்பிவிடுவார்கள். நீங்கள் இந்த நஷ்டத்திற்கான பலனை ஏற்று திரும்ப பெற வேண்டிய நிலை வரும்” என்றனர்.

இது எங்கள் மனதில் ஒரு இடி போன்ற துன்பத்தை கொடுத்தது. என் கண்கள் கலங்க தொடங்கியது.

அதை கண்டவுடன் கிருஷ்ணன் என் கண்களை துடைத்தான், “டேய் என்னது இது, சின்ன பிள்ளை மாதிரி, கவலைப்படாதே, கண்டிப்பா இந்த வாரத்திற்குள் விற்றுவிடும் என்று நம்பிக்கை கொடுத்தான்”.

சற்று ஆறுதலாக இருந்தாலும் அதை விட பெரியதாக இருந்தது என் வலி. இந்த வாரத்தில் ஒவ்வொரு நாளும் கடவுளை வேண்ட தொடங்கினேன். ஏன் என்றால் கடைகள் திருப்பி அனுப்பிவிட்டால் அதன் நஷ்டத்தை நாங்கள் பப்பிளிகேஷன்க்கு பணம் செலுத்த வேண்டும்.

நானே, வேலைக்கு போகாத உதவாக்கரை,ஒரு அளவுதான் கிருஷ்ணனும் தாங்க முடியும், அதனால் இவை கண்டிப்பாக விற்க வேண்டும்.

அதற்கான ப்ரோமொஷன்ஸை சமூக வலைத்தளங்களில் பண்ணோம். 2 வாரத்திற்கு பிறகு பப்பிளிகேஷன்னில் இருந்து போன் வந்தது. ”தம்பி அன்று சொன்னது தான் புதிதாக எதுவும் இல்லை, உங்கள் புத்தகங்கள் விற்கவில்லை திருப்பி அனுப்பிவிட்டார்கள், இந்த திருப்பி அனுப்பிய புத்தகங்களுக்கு பணத்தை செலுத்தி வந்து வாங்கிக்கொள்ளுங்கள்” என்று, நான் எதுவும் பேசாமல் சரி என்று கூறி போனை கட் செய்தேன்.

இதை பற்றி எப்படி கிருஷ்ணனிடம் கூறுவது மற்றும் பணத்திற்கு என்ன செய்வது என்று யோசித்துக் கொண்டு இருந்தேன். மறுநாள் அனைத்து காபிஸ்யும் ரூமுக்கு வந்தது. பிறகு தான் தெரியவந்தது. இந்த சம்பவத்திற்கு பிறகு ஒரு முடிவு எடுத்தேன். இனி கிருஷ்ணனுக்கு அதிக பாரம் கொடுக்க கூடாது. நாம் ஏதாவது வேலைக்கு செல்வோம் என்று முடிவெடுத்தேன். என் கதைகள் தோற்றது. நான் நாவல் எழுதும் ஆர்வத்தை சிறிது குறைந்தது மீண்டும் மறுநாளில் இருந்து வேலை தேடி அலைந்தேன்.

இந்த முறை ஒரு வேலை கிடைத்தது ஒரு கோச்சிங் இன்ஸ்டிடுட்ட்டில் டீச்சர் வேலை மாதம் 8000 சம்பளம். நான் அதை நிராகரிக்கவில்லை மறுநாளே வேலையில் இணைத்தேன்.

இந்த 8000 ரூபாய் கிருஷ்ணனின் பாரத்தை கொஞ்சமாவது குறைக்கும் என்று என்னினேன்.

ஒரு வாரம் சென்றது,கிருஷ்ணன் என்னிடம் ஒரு கேள்வி கேட்டான்,''நாவல் வேலைகள் எப்படி போகிறது'' என்று.

நான், "இல்லை மச்சி அதை நான் விட்டுவிட்டேன், இனி எழுத போவதாக இல்லை'' என்றேன்.

அவன் என்னை திட்டினான். “முட்டாளா? நீ? உன் பேஷன்டா அது, கனவு, அதை போய் விட்டுறேன்னு சொல்லுற'' என்று திட்டினான்.

நான்,''இல்லை மச்சி, மக்கள் என்னை எழுத்தாளராக ஏற்றுக்கொள்ளவில்லை'' என்று சொல்லிவிட்டு தூங்கினேன்.

கோச்சிங் சென்டரில் இளைஞர்களோடு உரையாடுவதில் இந்த கால இளைஞர்களின் மனநிலையை புரிந்து கொள்வதற்கு ஒரு வாய்ப்பாக அமைந்தது. அவர்களுக்கு எது பிடிக்கும் எது பிடிக்காது என்பது தெரியவந்தது. ஒரு நல்ல எழுத்தாளன் மக்களின் மனநிலையை நன்கு அறிந்திருக்க வேண்டும்.

மறுநாள் கோச்சிங் சென்டரில் புதிதாக ஒரு பெண் ஆசிரியர் இணைத்தார், கோச்சிங் சென்டரில் ஆசிரியர் அறை என்று ஒரு சிறிய அறை இருக்கும் அங்கே நான் அமர்ந்திருதேன். அவளும் அந்த அறைக்கு வந்தாள் என்னை பார்த்தவுடன், ''Hi, நான் சமீரா'' என்று கையை நீட்டினாள்,நான் ,''தமிழ்'' என்று கையை கொடுத்தேன்.

"நீங்கள் எந்த சப்ஜெக்ட் எடுக்குறீங்க?" என்று கேட்டாள்.

நான் கணிதம் என்றேன், அவள் "நான் வேதியல்" என்றாள். ஒரு சின்ன புன்னகையுடன். பிறகு இருவரும் கிளாஸ்க்கு சென்றோம். கிளாஸ் முடிந்தவுடன் மீண்டும் சந்தித்தோம். ஜென்ரளாக கிளாஸ் மற்றும் ஸ்டுடென்ட்சை பற்றி பேசினோம். அவள், உங்க லைப்பின் அம்பிசியின் என்ன என்று கேட்டாள்.

நான், "பெரிதாக ஒன்றும் இல்லை, ஒரு நாவல் எழுதி வெளியிட வேண்டும்" என்றேன்.

அவள் என்னை பார்த்து “ஓ எழுத்தாளரா நீங்கள்” என்று கேட்டாள். நான், “ஆம் தோற்றுப் போன எழுத்தாளர்” என்றேன்.

“ஏன் அப்படி சொல்லுறீங்க தோற்றுப்போனவன் என்று?" கேட்டாள்.

நான் வெளியிட்ட புத்தகத்திற்கு மக்களிடையே வரவேற்பு கிடைக்கவில்லை அதை திருப்பி அனுப்பிவிட்டார்கள். இப்போது சொல்லுங்கள் நான் தோற்றுப்போன எழுத்தாளர் தானே? என்று கேட்டேன்.

அவள் அதற்கு,"ஒரு முறை தானே தோற்றுப் போனீங்க, ஒவ்வொரு முறையும் தோற்றாலும் ஏற்றுக்கொண்டு மீண்டும் முயற்சி செய்யுங்கள் கண்டிப்பாக வெற்றி பெறுவீர்கள்” என்றாள்.

நான், "கண்டிப்பாக முயற்சி செய்கிறேன்" என்று புன்னகையுடன் சொன்னேன். அவள்,

“All the best, நாளை சந்தேப்போம் ” என்று கூறிவிட்டு கிளம்பினாள்.

இன்று நடந்த இந்த சம்பவத்தை கிருஷ்ணனிடம் கூறினேன்.

அவன், “நானும் அதேதான் மச்சி சொல்லுறேன் என்ன ஆனாலும் உன் முயற்சியை விட்டுவிடாதே, உன்னை போல திறமையானவர்கள் வெளி உலகிற்கு தெரியவர வேண்டும். என்னைப்போல் வாழ்க்கை சூழ்நிலைக்காக கனவுகளை இழந்து விடாதே உன் கனவை துறந்துவிடு உனக்கு துணையாக நான் நிற்பேன்” என்றான்.

அன்று கிருஷ்ணன் மற்றும் சமீராவின் வார்த்தைகள் என்னை மீண்டும் ஒரு முறை முயற்சியை எடுக்க உந்துசத்தியை தந்தது.

அன்று இரவு எங்கள் கோச்சிங் சென்டரின் வாட்ஸாப் குருப்பில் அவள் நம்பர் கிடைக்குமா? என்று பார்த்துக்கொண்டு இருந்தேன், அதில் அவள் நம்பர் கிடைத்தது. மெசேஜ் அனுப்பலாம் என்று நினைத்-

தேன், என் அதிஷ்டம், அவள் அந்த நேரத்தில் ஆன்லைனில் இருந்தாள்."Hi" என்று மெசேஜ் அனுப்பினேன்,

"Hey Hi, இதுதான் உங்க நம்பரா?" என்று கேட்டாள்,என் Dp-யில் என் போட்டோ இருந்ததால் நான்தான் என்று அவளுக்கு தெரியவந்தது.

நான்,"ஆமாம், பேசலாமா தூக்கம் வருவரை"என்றேன்.

பிறகு இருவரும் பேச ஆரம்பித்தோம்.ஒருவரை ஒருவர் தெரிந்து கொள்ள அது வாய்ப்பாக அமைந்தது. அவளிடம் அந்த ஈமெயிலை காட்டினேன். இது தான் எனக்கு வந்த முதல் பாராட்டு என்று.

அவள் பார்த்துவிட்டு," இந்த பெண்ணை நேரில் பார்த்திருக்கிர்களா?" என்று கேட்டாள், பிறகு அவள் தான் அந்த சமீரா என்று கூறினாள்.

எனக்கு மிகவும் ஆச்சிரியமாக இருந்தது. அதன் பிறகு அந்த கதைகள் பற்றி ஒரு நீண்ட உரையாடல் நடந்தது.

என்னோட நாவலுக்கு காத்திருக்கும் முதல் ரசிகையாக சமீரா இருந்தாள். என்னை எப்போதும் மனம் தரளவிடாமல், முயற்சி செய்ய வலியுறுத்துவாள். மறுநாள் 8.00-9.00AM அவள் கிளாஸ் இருந்தது. அவள், "வர கொஞ்சம் லேட் ஆகும், நீ அதுவரை என் கிளாசை பார்த்துக்கொள்ள முடியுமா? நான் கோவிலுக்கு செல்லவேண்டும்" என்று கேட்டாள்.

நானும் "சரி நான் பார்த்துக்கொள்கிறேன்" என்று கூறினேன்.

அதைபோல் அவள் கிளாஸ்ரூமில் இருந்தேன். ஸ்டுடென்ட்ஸ்யுடன் ஒரு சின்ன இன்டராக்ட்ஷன் நடத்திக்கொண்டு இருந்தேன்.அப்போது அவள் உள்ளே வந்தாள், ஆனால் இன்று அவள் என் கண்களுக்கு எப்போதும் இருப்பதுபோல இல்லை. இன்று ரொம்ப அழகாக தெரிந்தாள், என்றும் லூஸ் ஹேரில் இருக்கும் கூந்தல் இன்று பின்னப்பட்டு இருந்தது. இவ்வளவு அழகான முகத்தை இவ்வளவு நாளாக கூந்தலை வைத்து பாதி மூடி வைத்திருக்களே என்று நினைக்க தோன்றியது.

என் கண்களை அவளிடம் இருந்து திருப்ப மனமில்லாமல் பார்த்துக்கொண்டு இருந்தேன். அவள் என்னை பார்த்து ஒரு புன்னகையுடன் என்ன என்று கேட்டது போல கையை அசைத்தாள்,நான் சிரித்துக்கொண்டு ஒன்றும் இல்லை என்று தலையை அசைத்தேன்.

அவள் வந்தவுடன், நன்றி என் கிளாசை பார்த்துக்கொண்டதற்கு என்றாள். பரவாயில்லை என்று சொல்லிவிட்டு அந்த கிளாசைவிட்டு வெளியே வர மனமில்லாமல் வந்தேன்.

இன்னும் கொஞ்சம் நேரம் அவளை பார்த்துக்கொண்டே நிற்கலாம் போல இருந்தது. அதன் பிறகிலிருந்து நேரில் அவளிடம் பேச முடி-யவில்லை, அவள் கண்களை பார்த்தால் வார்த்தைகள் சிக்கி நிற்கும் உணர்வுகள் வரத்தொடங்கியது அதனால் நேரில் பேசுவதை குறைத்துக்-கொண்டேன், வாட்சப்பில் மட்டுமே உரையாடல்கள் இருந்தது.

ஆனால் அவள் கண்களை பார்த்தவுடன் வரும் அந்த உணர்ச்சி, இதுவரை என் வாழ்வில் வராத ஒரு உணர்ச்சியாக புதிதாக இருந்தது. என் வாழ்வில் இருக்கும் ஒரு பெரிய வெறுமையான நிலையை அவள் நிறப்பினால் நன்றாக இருக்கும் என்று தோன்ற ஆரம்பித்தது.

இந்த உணர்வுகளை கிருஷ்ணனிடம் கூட நான் பகிர்ந்துகொள்ள-வில்லை. கொஞ்ச நாளில் எனக்கும் சமீராவிற்கும் இடையே நல்ல புரி-தல் ஏற்பட்டது. அவளிடம் இது காதல் என்று எப்படி வெளிப்படுத்துவது என்று தெரியாமல் இருந்தேன்.

அன்று அவள் போன் செய்தாள், “இந்த சண்டே படத்திற்கு போலாமா? எனக்கு பிடித்த ஹீரோ படம் ரிலீஸ்” என்றாள். நானும் போலாம் என்று சொன்னேன். படம் முடித்தவுடன் என் காதலை தெரி-விக்கலாம் என்று நினைத்தேன். எல்லாம் பிளான் படி சென்றது சண்டே படத்திற்கு போனோம். அந்த படத்தின் ஒவ்வொரு காட்சியும் எனக்கு மிகுந்த அதிர்ச்சியை கொடுத்தது. அவளே இரண்டு முறை என்னிடம் பேசினாள் ஆனால் எனக்கு பேச வார்த்தைகளை வரவில்லை. அவளை வீட்டில் இறக்கிவிட்டுட்டு என் ரூம்க்கு சென்றேன்.

என் கண்கள் கலங்கிய நிலை என் அம்மா போட்டோ முன் நின்று அந்த மனம் தாங்க முடியாத சம்பவத்தை கூறினேன். கிருஷ்ணனின் வருகைக்காக காத்துக்கொண்டு இருந்தேன்.

சிறிது நேரம் கழித்து வந்தான், அவனிடம் ஆதங்கத்துடன் கேட்க தொடங்கினேன்,”நிறைய புது டிரஸ் புது போன் எல்லாம் வாங்கியிருக்க ஏது உனக்கு இவ்வளவு பணம்? என்று கேட்டேன்.

அவன், “மச்சான் அதான் சொன்னனே, புது ப்ராஜெக்ட் சைன் ஆகிருக்கு ஆபீஸ்ல அதுல வந்த பணம்” என்று.

“ஓ அப்படியா,உன் புது ப்ரொஜெக்ட இன்னைக்குத்தான் பார்த்தேன். உனக்கு பணம் தான் முக்கியம்னு சொல்லியிருந்தால் நான் பிச்சை எடுத்தாவது கொடுத்திருப்பேன்.

ஆனால் நீ, என் கனவுல மண்ண வரி போட்டுடே" என்று கத்தி-னேன்.

அவன், "என்ன மச்சான் சொல்ற, நானா நான் என்ன செய்தேன்?" என்றான்.

“நான் இனி உன் முகத்தில் முழிக்க மாட்டேன்” என்று குறி அந்த படத்தின் டிக்கெட்டை அவன் மீது தூக்கிபோட்டேன், அவன் கண்கள் கலங்கியது நான் ரூமை விட்டு வெளியே சென்றேன்.

அவன் அந்த படத்தை பற்றிய ரிவியூஸ், மட்டும் ஸ்டோரிலைனை கூகுளை செய்து பார்த்தான். சிறிது நேரத்திற்கு பிறகு நான் உள்ளே வந்தேன். இனி இந்த ரூமில் இருக்க கூடாது என்று முடிவு எடுத்தேன். என் பொருள்களை பேகில் எடுத்து வைத்தேன் அவன் வந்து தடுத்தான்.

“மச்சா, நான் சொல்லுறத கேளுடா, நான் வேண்டுமென்று எதுவும் செய்யவில்லை” என்றான்.

நான் அவனை முறைத்து பார்த்துவிட்டு அந்த ரூமை விட்டு கிளம்-பினேன். அன்றே வேறு ரூம் தேடி அலைந்தேன். இரவு 8.30 மணிக்கு ஒரு ரூம் கிடைத்தது. எனக்கு இது கிருஷ்ணனை பிரிந்து இருக்கும் முதல் நாள். சிறுவயதில் எனக்கு நினைவு திரும்பிய நாட்களில் இருந்து என்னுடைய ஒவ்வொரு நாட்களிலும் அவன் இருந்திருக்கிறான். இந்த தனிமையை நினைத்து வருந்துவதா?, அல்லது அவன் செய்த தூரோ-கத்திற்கு அழுவதா? என்று இரண்டுக்கும் நடுவில் நின்றேன். ஆனால் அவன் செய்தது மனித உறவுகள் மீது எனக்கு இருந்த நம்பிக்கையை பெரிதும் குறைத்து. யாரிடமும் நெறுங்கி இருக்க வேண்டாம் என்று நினைக்க தோன்றியது.

அந்த சம்பவத்திற்கு பிறகு சமீராவிடம் கூட பேசவில்லை. அவளின் கால்லை எடுக்கவில்லை. தினமும் 10 கால்ஸ், ஏகப்பட்ட மெசேஜ் அனுப்பினாள். பத்து நாட்களாக எதையும் பதில் அளிக்கவில்லை, என் மனம் தனிமையை விரும்ப ஆரம்பித்தது. என் பெற்றோர்கள் இறந்த பிறகு என்ன உணர்வு இருந்ததோ, அதே உணர்வு தான் இப்போதும் இருந்தது. அன்று மட்டும் அந்த படம் என் நாவலின் கதையாக இல்-

லாமல் இருந்தால், இன்று என் காதலை சமீராவிடம் கூறியிருப்பேன். எனக்கென்று ஒரு புதிய உறவு கிடைத்திருப்பாள்.

என் வாழ்வில் மீண்டும் ஒரு தனிமை படலம், ஒவ்வொரு நொடியும் எனக்குள்ளே அந்த கேள்வி ஒளிந்துகொண்டே இருந்தது, கிருஷ்ணனுக்கு எப்படி இப்படி ஒரு மனம் வந்தது பணத்திற்காக இந்த அளவு பெரிய துரோகத்தை கூட செய்வானா? என்ற கேள்விகள். இந்த கேள்விகள் என் மனதின் நிம்மதியை குழைத்தது.

10 நாட்களாக எந்த வேலையும் செய்வதற்கு விருப்பம் வரவில்லை. இருந்த பணம் எல்லாம் கரைய தொடங்கியது. 10 நாட்களுக்கு பிறகு மீண்டும் இன்ஸ்டிடுட்க்கு சென்றேன். விருப்பம் இல்லாமல் கடமைக்கு வேலை செய்தேன். பிரேக்கில் ஆசிரியர் அரையில் உக்கார்ந்திருந்தேன்.

அப்போது சமீரா என் மீது உள்ள மிகுந்த சினத்துடன் உள்ளே வந்தாள். "உன்னிடம் தனியாக பேச வேண்டும்" என்று கூறிவிட்டு வெளியே சென்றாள்.

பிறகு தனியாக சந்திந்தோம், "அவள் கண்களில் கண்ணீர் அதையும் தாண்டி ஒரு வலி இருந்தது. நான் உன் வாழ்வில் தொல்லையாக இருக்கேனா?" என்று கேட்டாள்.

நான் மெதுவாக இல்லை என்று தலையை ஆட்டினேன்.

"என்னை ரொம்ப காயப்படுத்திட்டே இனி நான் இல்லாமல் வாழ்ந்தால் தான் என் அருமை புரியும் என்று கையில் இருந்த கவரை காட்டினாள். வேலையை ரிசைன் செய்வதற்கு கொடுக்கும் லெட்டர் இனி இந்த வேலைக்கு வரமாட்டேன், எவ்வளவு ட்ரை பண்ணேன் உன்னுடன் பேச ஆனால் ஒரு தடவை கூட என்னிடம் பேசனும் என்று உனக்கு தோனவில்லை, இனி மாட்டேன்," என்று கூறிவிட்டு கிளம்பினாள்.

நான் என் கஷ்டங்கள் எதையும் கூறாமல் மௌனத்துடன் அந்த இடத்தில இருந்து கிளம்பினேன்.

அவளின் வார்த்தைகளை விட அவளின் கண்ணீரில் தெரிந்தது நான் அவளை எவ்வளவு காயப்படுத்திருக்கிறேன் என்று. இரவு அவளுக்கு போன் செய்தேன் அவள் எடுக்கவில்லை நான் அனுப்பிய மெசேஜ்யும் அவள் பார்க்கவில்லை.

தினமும் விடாமல் போன் செய்தேன் இரண்டு மாதங்களாக அப்போதும் எடுக்கவில்லை. பெற்றோர்கள் இறந்த பிறகு கூட நான் அனாதை

போல் நினைத்தது இல்லை, ஆனால் இந்த இரண்டு பிரிவுகள், அப்படி நினைக்க வைத்தது.

இனி யாருக்காக இந்த வாழ்க்கை வாழப்போகிறோம் என்று நினைக்க ஆரம்பித்தேன். இந்த கவலைகளை மறக்க மது அருந்தலாம் என்று நினைத்தேன். அப்போது ஒரு வெள்ளை பேப்பர் பறந்து வந்து என் காலடியில் விழுந்தது அதை பார்த்தவுடன் எனக்கு கிருஷ்ணன் ஒரு முறை சொன்ன விஷயம் நியாபகம் வந்தது. இதே போல் ஒரு நாள் கூறியிருக்கிறேன்,"மச்சா சரக்கு அடிக்கனும் போல தோணுது , கஷ்டமா இருக்கு யாருமே இல்லைனு பீல் ஆகிறது" என்று.

அப்போது அவன் ஒரு வெள்ளை பேப்பரை என்னிடம் கொடுத்-தான்."நீ எழுத்து, உனக்கு என்னவெல்லாம் கற்பனையில் தோணுதோ எல்லாம்", எப்பொழுதும் யாராவது உன்னுடனே இருக்க மாட்டாங்க, உனக்கு துணையாக உன் திறமை மட்டும் தான் உன்னிடம் இருக்கும். உன் தனிமை நேரங்கள் அதனுடன் நான் நீ செலவு செய்யனும். உன் தனிமையை விட பெரியதாக உன் திறமையை மாற்று என்று" கூறி-னான்.

அந்த வார்த்தைகள் தான் என்னை ஒரு எழுத்தாளராக மாற்றியது. இப்போது இந்த தனிமையின் வலிக்கு மருந்து என் எழுத்துக்கள் தான் என்று உணரத்தொடங்கினேன். அந்த வெள்ளை பேப்பரை எடுத்துக்-கொண்டு எழுதத் தொடங்கினேன். அப்போது எனக்கு ஒரு ஈமெயில் வந்தது.

"Hi Sir, this is Gowtham. I'm studying visual communication. I have studied your books the stories were inspiring, I would like to make that my first feature film. So I want to meet you, sir, Kindly help me, sir".

என்று வந்தது.

நான் அதற்கு எங்கே, எப்போது மீட் பண்ணனலாம் என்ற டைல்ஸை அவனுக்கு ஈமெயில் செய்தேன்.

மறுநாள் மீட் செய்தோம் அப்போது சொன்னான். "Sir, உங்க ஸ்டோரில ஒரு நான் படமாக எனக்கு வாய்ப்பு தரவேண்டும், படத்தில் கதை என்று எங்கள் பெயரை போட்டுவிடுகிறேன் மற்றும் அந்த கதைக்-

கான பணத்தையும் கொடுத்துவிடுகிறேன்" என்று கூறினான். நானும் ஒற்றுக்கொண்டு அவனை ஆதரித்தேன்.

அதன் பிறகு நான் மீண்டும் நாவல் எழுதும் வேலைக்கு திரும்பினேன். 7 மாதங்களுக்கு பிறகு கௌதமிடம் இருந்து போன் வந்தது. "சார், படம் ரெடி சார் நீங்க தான் முதலில் பார்க்க வேண்டும்" என்று, நானும் சென்று பார்த்தேன்.

மிக அற்புதமாக காட்சி அமைந்திருந்தான், அவனை கட்டிப்பிடித்து கண்டிப்பாக உனக்கு பெரிய எதிர்காலம் இருக்கிறது என்றேன்.

படம் ரிலீஸ் ஆன பிறகு அதன் கதை பெரிதும் பேசப்பட்டது. நான் கௌதமிடம் நன்றி சொன்னேன்.என் கதைக்கு இது போன்ற வரவேற்புகள் கிடைத்ததே இல்லை.

அது மட்டுமில்லாமல் உன்னை போல் நிறைய டைரக்டர் என் கதைகளை படமாக்க விரும்புகிறார்கள் என்று. அவன் அதற்கு, ''நீங்கள் கிருஷ்ணன் சாருக்கு தான் நன்றி சொல்ல வேண்டும்'' என்று சொன்னான். "கிருஷ்ணனா ஏன்?" என்று கேட்டேன். அவர் உங்கள் கதைகளை எடுக்க என்னிடம் பரிந்துரைசெய்தார். அவருக்கும் டைரக்டர் ஆக வேண்டும் என்று ஆசை ஆனால் ஏதோ அவரின் சூழ்நிலைகளால் அவரின் கனவு கலைந்துவிட்டது, அதைபோல் அவரின் நண்பரின் திறமையும் வெளிவராமல் போய்விடக் கூடாது என்று தினமும் என்னை போல் இளம் டைரக்டரிடம் உங்கள் கதைகளை பரிந்துரை செய்வார். ஆனால் இதில் யாரோ ஒரு டைரக்டர் அவருக்கு பெரிய துரோகம் செய்துவிட்டாராமாம் என்று கூறினார்'' என்றான். இதை எல்லாம் கேட்ட பிறகு என் கண் கலங்கியது.

அவன் என்னுடன் இல்லாத நேரங்களில் கூட என்னுடைய கனவு களைய கூடாது என்று தான் நினைத்திருக்கிறேன். அவனை நான் மிகவும் கஷ்டப்படுத்தி விட்டேன் என்று மனதிற்கு கஷ்டமாக இருந்தது.

அவனுக்கு போன் செய்யலாம் என்று நினைத்தேன் பிறகு வேண்டாம் நேரில் சந்திப்போம் என்று அவன் ரூமிற்கு சென்றேன்.

''sorry டா, மச்சான் அவன் மூலமாக உனக்கு ஏதாவது உதவி கிடைக்கும் என்று நினைத்தேன் ஆனால் அவன் எனக்கு துரோகம் செய்துவிட்டான்'' என்று அழுதான்.

நான் “பரவாயில்லை மச்சான் இதலாம் புரியாமா உன்னை கஷ்டப்படுத்தி விட்டேன்” என்றேன்.

பிறகு, "டேய் நான் உனக்கு என்ன செய்துவிட்டேன், நீ எனக்காக இவ்வளவு செய்யுற?" என்று கேட்டேன்.

அவன் அதற்கு, "மச்சான் இப்போதான் நீ என்ன மச்சினு கூப்பிடுற, அப்பா அம்மா போனது அப்புறம் என்னை எப்படி தெரியுமா கூப்ட ,நெனானு ,நெனா,தான் கூப்பிடுவ அப்போவே முடிவு பண்ணேன் டா. நான் தோற்றாலும் பரவாயில்லை, நீ தோற்றிட கூடாதுனு, தோற்கவும் விடமாட்டேன்டா, இப்போ எனக்கு தான்டா உன்னைவிட அதிக சந்தோசமா இருக்கு நீ ஜெயிச்சதுல" என்றான்.

அவனை அழுதுகொண்டே கட்டிப்பிடித்தேன். அப்போது தான் என் அறிவுக்கு சில விஷயங்கள் எட்டியது.

“ஒரு தாய், தந்தை நண்பனாக இருக்க முடியுமா என்று தெரியாது ஆனால் ஒரு நண்பன் தாய், தந்தையாக இருக்க முடியும்” என்று.

அதற்கு உதாரணமாக கிருஷ்ணன் இருந்தான் என் வாழ்வில் கொஞ்ச கொஞ்சமாக என் கதைகள் சினிமாவாக மாறியது.நாவலுக்கு நடு நடுவே சினிமா கதைகளும் எழுதி சம்பாரிக்க தொடங்கினேன், மக்களுகாண எழுத்தாளர் ஆனேன்.

என் நாவலை முடித்து அதை பெரிதாக வெளியிட முடிவு செய்தேன். அதனை வெளியிடும் விழாவில் "கிருஷ்ணன் ஒரு படம் இயக்குவான் நான் அதை தயாரிக்க உள்ளேன்" என்று அறிவித்தேன் இந்த செய்தி கிருஷ்ணனுக்கே வியப்பாக இருந்தது.

விழா முடித்தவுடன் ஏன் அப்படி சொன்னாய் என்று கேட்டான்.

“நான் ஜெயிச்சதுல உனக்கு சந்தோசம் அதே சந்தோஷம் எனக்கு வேண்டாமா? நீயும் ஜெய்க்கனும்” என்றேன்.

வீட்டிற்கு வந்தவுடன் ஒரு ஈமெயில் வந்தது சமீராசங்கர் என்ற மெயில்

“Wonderful and mesmerizing novel....

waiting......என்று “

-நன்றி

“தனிமையும் அழகே நீ உன்னை நேசித்தால், தனிமைகளை எல்லாரும் தம் திறமையை மேம்படுத்த பயன்படுத்திடுங்கள் தீய வலையில் சிக்காமல் இருந்தால் தனிமையும் அழகே”

கிரைம்

கதை 9: டெஸ்டினி

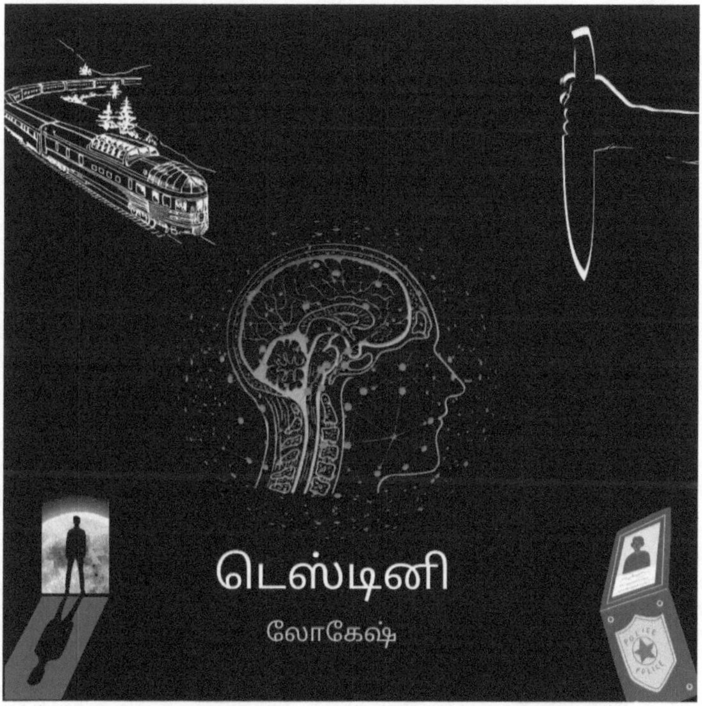

9

டெஸ்டினி

பெங்களூர் , 25 ஜனவரி 2006,

ராஜிவ் பிலிம் ஹவுஸ், என்று ஒரு பெரிய பட தயாரிப்பு நிறுவனம் இருந்தது. அதன் நிறுவனர் ராஜிவ் அதனை முதல் இடத்திற்கு கொண்டு வர யோசித்து வந்தான்.

அதற்கு சிறந்த படங்களை மக்களுக்கு பிடித்த மாதிரி இன்னும் இரண்டு வருடங்களுக்குள் எடுக்க வேண்டும் என்று திட்டமிட்டான்.

ஒரு வாரத்திற்கு பிறகு , அவனின் நண்பர்கள் சன்ஜிவ், சங்கர் என்று இரண்டு பேர் அவனுக்கு ஒரு ஐடியா-கொடுத்தனர். அதை கேட்ட பின்பு , ராஜிவ், "சரி பண்ணலாம் ஆனால் எந்தவித பிரச்சனை-யும் வராமல் நீங்கள் பார்த்து கொள்ளுங்கள்" என்றான்.

அந்த ஐடியாவை பின்பற்றி ஒரு படம் எடுத்து உலகமெங்கும் வெளி-யிட்டான், படம் நல்ல வெற்றி பட்டு ராஜீவின் பட நிறுவனம் இந்திய அளவில் நல்ல போரையும் புகழையும் சம்பாரித்தது.

சென்னை - மே 3, 2017, சென்னை போலீஸ் கன்ட்ரோல் ரூம்

கன்ட்ரோல் ரூமிற்கு ஒரு போன் வருகிறது ,"சார் இங்க சைதாப்பேட்டை ரயில்வே ஸ்டேஷன் ரயில்வே ட்ராக்ல் 2 மணி நேரமா ஒரு பை இருக்-

கிறது. அது என்னதுனு தெரியல, வெடிகுண்டாக கூட இருக்கலாம் சார், நான் அங்க இருக்கிற பப்ளிக் தான் சார் பேசுறேனு ", சொன்னான்.

உடனே போலீஸ், அங்கே சென்றனர். அங்கு சென்று முதலில் போன் செய்த பப்ளிக் யார் என்று கேட்டு அவனிடம் விசாரித்தனர். பை எப்போதில் இருந்து அங்கே இருக்கிறது போன்ற விஷயங்களை விசாரித்தனர்.

பிறகு வெடிகுண்டு நிபுணர்கள் அருகில் சென்று செக் செய்தவுடன் அது பாம் இல்லை என்று தெரிய வந்தது, அந்த பையை போலீஸ் எடுத்து கொண்டு வந்தனர், அதை திறந்து பார்த்தவுடன் அனைவரும் ஆச்சரியம் அடைந்தனர். அந்த பையில் ஒரு பிணம் இருந்தது. அந்த பிணத்தின் தலை இல்லை, கால், கை , உடம்பு, தனித்தனியாக வெட்டி பையில் பேக் செய்யப்பட்டு இருந்தது. அந்த பிணம் யார் என்று போலீசால் கண்டுபிடிக்க முடியவில்லை .

மே 4, 2017 சென்னை கமிஷனர் ஆபீஸ்

சென்னை கமிஷனர் ரவிகுமார், இந்த ரயில்வே கொலை சம்பவத்தில் தொடர்பான கைதிகளை பிடிக்க சிறப்பு அதிகாரியாக விக்ரம் என்ற ஒரு அசிஸ்டன்ட் கமிஷனரை நியமனம் செய்கிறார், இன்னும் இரண்டு மாதத்திற்குள் குற்றவாளிகளை கண்டுபிடிக்க வேண்டும் என்று ஆணையிடுகிறார் .

விக்ரம் உடனே பை கிடைத்த இடத்தை சென்று ஏதாவது எவிடென்ஸ் கிடைக்குமா? என்று ஆய்வு மேற்கொள்கிறான், அங்கு இருக்கும் சிசிடிவியில் பதிவான சம்பவங்களையும் பார்க்கிறான்,

அவனுக்கு எந்தவித துப்பும் கிடைக்கவில்லை, அதைபோல் அந்த பிணம் யார் என்றும் தெரியவில்லை,

பிணத்தை பாரென்சிக் டிபார்ட்மென்ட் டீம் ஆய்வு செய்ய தொடங்கினர் யார் இறந்து இருப்பது என்று கண்டுபிடிக்க, ரத்த பரிசோதனை ரிசல்டிற்க்கு 2 நாள் ஆகும் என்று விக்ரமிடம் தெரிவித்தனர்.

விக்ரமிற்கு, இந்த கேஸ் மிகவும் சவாலாக தான் இருந்தது, மிகுந்த குழப்பத்துடன் அன்று தூங்க சென்றான். ஒரு கனவு வந்தது உடனே பதறி எழுந்தான். அந்த கனவு அவனுக்கு குழப்பமாகவே இருந்தது, ஆனால் அந்த கனவு அவனுக்கு ஏதோ ஒரு நிகழ்வை கூறுவது

போலே இருந்தது.

பிறகு தண்ணீரை குடித்துவிட்டு தூங்கினான், மறுநாள் விக்ரமிற்கு ஒரு கொரியர் வருகிறது அதில் அவனுக்கு ஒரு அதிர்ச்சி தருகிறது அந்த கொரியரில் ஒரு லெட்டர் இருந்தது,

அதில் "The 4th place belongs to you and it will come to you at the right time". இப்படி ஒரு வாசகம் இருந்தது.

மறுநாள் DNA ரிப்போர்ட் அவனுக்கு கிடைத்தது . அதில் கொலை செய்யப்பட்டது, ராஜீவ் பிலிம் ஹவுஸ்யின் சீனியர் எடிட்டர் சங்கர் என்று தெரியவருகிறது.

உடனே அந்த ஆபீஸிற்கு சென்று சங்கரை பற்றி விசாரிக்க தொடங்கினான், அவனின் நண்பர்கள் இடமும் விசாரித்தான். எல்லாரும் சங்கர், ஒரு திறமைசாலி ஆனால் தொழில் போட்டி மற்றும் எதிரிகள் யாருமே அவருக்கு கிடையாது என்றே கூறினர்.

ராஜிவ் மற்றும் சன்ஜிவ் இருவரும் சங்கரின் நெருங்கிய நண்பர்கள். அதனால் அவன் பிரிவு இவர்களை மிகவும் சோகத்தில் ஆழ்த்தியது.

விக்ரம், யார் சங்கரை கொலை செய்து இருப்பார், என்ன மோட்டிவ் என்று யோசித்து கொண்டு இருந்தான்,

விக்ரமிற்கு அன்று வந்த கனவை மறக்க முடியவில்லை மீண்டும் மீண்டும் அது அவன் நியாபகத்தில் வந்து வந்து போனது மிகவும் டிஸ்டர்ப்-ஆக இருப்பது போல் உணர்ந்தான், மறுநாள் அவன் நண்பன் கார்த்திக்கை பார்க்க சென்றான்,

கார்த்திக் ஒரு டாக்டர், அவனிடம் விக்ரம் தனது பிரச்னைகளை கூறத்தொடங்கினான். அவனுக்கு அன்று வந்த மறக்க முடியாத கனவையும் கூறினான் . " டேய் மச்சி, இந்த மாதிரி கனவுலாம் சமீப காலமாதான்டா வருத, இந்த கொலை கேஸை எடுத்ததில் இருந்து இப்படி வருதா இல்லை என்ன பிரச்சனை என்றே தெரியலடா, ஆனால் அந்த கனவுக்கும் இந்த கேஸ்க்கும் ஏதோ சம்பந்தம் இருக்குனு மட்டும் தெரியுதுடா. ஒரு போலீஸ்காரன் எதை நம்புவானோ இல்லையோ அவனுடைய இண்டூஷன்னை நம்பிதான்டா ஆகனும்,

அதனால் இந்த கனவுக்கு அர்த்தம் என்ன என்று எனக்கு தெரிஞ்சே ஆகணும். ஏதாவது மனோதத்துவ நிபுணரை கன்சல்ட் பண்ணலாமா?" என்று கேட்டான்.

அப்போது கார்த்திக் விக்ரமிற்க்கு ஒரு ஐடியா குடுத்தான். "மச்சான் இதுக்கு சைக்கார்டிஸ்ட் வேண்டாம் மச்சான், நான் ஒரு பெர்சனாலிட்டி சொல்றேன் அவனை போய் மீட் பண்ணலாம். உன் கனவுக்கு கண்டிப்பாக அர்த்தம் சொல்லுவான்"என்றான். பிறகு அவனைப் பற்றி கூற தொடங்கினான்,

"பெங்களூரு.... பிப்ரவரி 15, 2015

டைம்ஸ் ஆப் இந்தியா பத்திரிகை தலைப்பு:

"A Tweet from a young man Arjun Chidambaram goes Viral"

தி ஹிந்து பத்திரிகை தலைப்பு :

"A new future predictor of India- Who is this Arjun Chidambaram? "

இது போன்று எல்லாம் பத்திரிக்கைகளும் அர்ஜுன் சிதம்பரத்தை பிரபலம் அடைய செய்தது. அதற்கு காரணம், பிப்ரவரி 13 அன்று இரவு 7 - மணிக்கு அர்ஜுன் போட்ட ட்விட்டர் போஸ்ட் தான் காரணம்.

பிப்ரவரி 13, 2015

ட்விட்டர் - யில் அர்ஜுன் ஒரு போஸ்ட் போடுகிறான்,

"*From February 16 onwards we will get a new C.M. #takecareC.M* " என்று போடுகிறான்.

இதை பார்த்தவுடன் ஆளும் கட்சி அரசியல்வாதிகள் அவனை சரமாரியாக ட்விட்டர்யில் திட்டினார்கள், அவன் வீட்டிற்க்கு கல்வீச்சுலாம் நடந்தது. போலீஸ் அர்ஜுனை விசாரித்தனர்,

"ஏன் அப்படி ஒரு ட்வீட் போஸ்ட் போடுகிறாய் நீ என்ன தீவிரவாதியா? இல்லை முதல்வரை கொலை செய்யபோகிறாயா ?" என்று எல்லாம் கேட்டனர்.

அவன் சிரித்து கொண்டே "No just wait for a day " என்றான். போலீஸ் அவனை அடித்து கைது செய்து இழுத்து சென்றனர். இரண்டு நாள் போலீஸ் ஸ்டேஷனில் இருந்தான். போலீஸ் அவனை அடித்தும் விசாரித்தனர்,

"சொல்லுடா என்ன செய்ய போகிறாய், என்ன உன் திட்டம் என்று எல்லாம்",என்று

ஆனால் அவன் அலட்சியமாக பதில் அளித்தான் " Its just a guess Sir " என்றான்.

பிப்ரவரி 14, 2015, காலை 5.45 மணி:

அர்ஜுனை, விசாரணை செய்து கொண்டு இருந்த இன்ஸ்பெக்டருக்கு ஒரு போன் வருகிறது,

"சார், முதல்வர் இறந்துதார் சார், ஹார்ட் அட்டாக், இயற்கை மரணம் தான் என்று மருத்துவர்கள் உறுதி செய்து விட்டார்கள் சார், நேற்று இரவு முதல்வரின் மகள் அவள் காதலிச்ச பையனோட மிஸ்ஸிங் சார், அந்த அதிர்ச்சியில தான் மாரடைப்பு ஏற்பட்டு இருக்கிறது என்று பேசப்படுகிறது சார், இதுக்கும் அர்ஜுனுக்கும் சம்பந்தம் இல்லை என்று கமிஷனர் அவனை ரிலீஸ் பண்ண சொல்லி ஆர்டர் வந்துருச்சு சார், அர்ஜுனை நீங்க ரிலீஸ் பன்னலாம்னு, விஜிலென்ஸ் ஆபீஸ்யில் இருந்து கால் வந்தது".

போன் பேசி முடித்த உடனே போலீஸ் ஸ்டேஷனிற்கு வெளியே ஒரு ரோல்ஸ் ராய்ஸ் கார் வந்து நின்றது.

போலீஸ் ஸ்டேஷனில் இருந்த அனைவரும் முதல்வர் இறந்த செய்தியை கேட்டவுடன் ஆச்சரியப்பட்டனர்.

எல்லாரும் அதே ஆச்சர்யத்தில் லாக் -அப்பில் இருந்த அர்ஜுனை பார்த்தனர்,

அர்ஜுன், என்ன சார், முதல்வர் போய்ட்டாரா! என்று நக்கலாக இன்ஸ்பெக்டரிடம் கேட்டான்,

பிறகு அங்கு இருந்த ரோல்ஸ் ராய்ஸ் காரில் இருந்து கோட் சூட்யுடன் ஒருவன் இறங்கி, அந்த காரின் கதவை திறந்து வைத்தான். பின்னர் அர்ஜுன் அதில் ஏறி சென்றான். மொத்த கர்நாடகாவே பரபரப்பில் இருந்தது, எல்லார் மனதிலும் ஒரே கேள்வி தான் ஓடிக்கொண்டு இருந்தது,

"யார் இந்த அர்ஜுன்?,எப்படி சரியாக முதல்வரின் மரணம் பற்றி கூறினான்" என்பதுதான்.

அவன் வீட்டை சுற்றி பத்திரிக்கை மட்டும் மீடியா குவிந்தது. அவனிடம் பேட்டி எடுக்க,

பின்னர் அவனது கார் வீட்டிற்குள் சென்றது. சுமார் இரண்டு மணி நேரமாக அங்கே பத்திரிகை மட்டும் மீடியா ஆட்கள் காத்துக்கொண்டு இருந்தனர்.

உள்ளே சென்ற அவன், ஷவரை திறந்து விட்டு நின்றான், அவன் ஒரு சாதாரண இளைஞனாக இருந்து தற்போது பெரிய பணக்காரனாக மாறியதை நினைத்து பார்த்தான். பிறகு ஒரு கருப்பு கோட் சூட்டை அணிந்தான்,

வெளியே மீடியாவிற்கு பதில் சொன்னான், "நான் ஒரு oneirologist, இது தான் நீங்கள் கேட்க போகும் எல்லாம் கேள்விக்கும் விடையாக இருக்கும், நான் என் வேலையை சரியாக செய்தேன் அவ்வளவு தான்" என்று சொல்லிவிட்டு கிளம்பின்னான், அவனை சுற்றி கேட்ட எந்த கேள்வியையும் அவன் பொருட்படுத்தவில்லை.

அர்ஜூன் சிதம்பரம், ஒரு திறமை வாய்ந்த oneirologist, கனவுகளை கேட்டு அதற்கான அர்த்தங்களையும் மற்றும் கனவுகளை பற்றி ஆய்வு செய்பவர்கள்தான் oneirologist.

அர்ஜூன், உலகில் பல முக்கியமான மனிதர்கள் மற்றும் தொழிலதிபர்களின் கனவுகளை ஆய்ந்து சரியான தீர்வுகளையும் சொல்வதால் அவன் பணக்காரனாக வாழ்ந்து வருகிறேன்.

அத்துடன் அவனுக்கு நிறைய சைகார்ட்டிஸ்ட்களுடன் பழக்கமும் இருக்கிறது". இவ்வாறு அர்ஜூன்னை பற்றி கார்த்திக், விக்ரமிடம் கூறினான்.

விக்ரம், "சரி நாளைக்கே அவனை பார்க்க போகலாம்" என்றான்.

அதேபோல் மறுநாள் இருவரும் கிளம்பி காரில் சென்றனர், செல்லும் வழியில் விக்ரமுக்கு ஒரு மெசேஜ் வந்தது

"Hello, No.2. is already done", என்று வந்தது. அதை பார்த்தவுடன் உடனே வண்டியை சென்னையை நோக்கி திருப்பினான்.

அப்போது அவனுக்கு ஒரு கால் வந்தது "சார், மாம்பழம் ரயில்வே ஸ்டேஷன்யில் அதே மாதிரி ஒரு பேக் போலீஸ்க்கு கெடச்சுருக்கு உடனே வாங்க" என்று அவனுடன் பணிபுரியும் ஒரு கான்ஸ்டபிள் பேசினான்.

விக்ரம் அங்கு செல்லும் முன்பே அங்கே வெடிகுண்டு நிபுணர்கள் வந்து அது பாம் இல்லை என்று உறுதி செய்தனர்,

பிறகு அங்கு சென்று அந்த பையை எடுத்து வந்தான். அதில் 7 எலும்புகள் இருந்தது. அதை பாரென்சிக் டீம்மிற்கு அனுப்பி வைத்தான்.

இன்னும் 3 நாட்களில் ரிப்போர்ட் வந்துவிடும் என்று சொன்னார்கள்,விக்ரமிற்கு குழப்பம் அதிகரித்தது.

இந்த கேஸ் அவனுக்கு மறக்க முடியாததாக மாறியது, அந்த கனவிற்கு விடை புரியாமல் அவனை சுற்றி நடக்கும் விஷயங்கள் புரியாமல் இருந்தான். மூன்று நாட்களுக்கு பிறகு பாரென்சிக் ரிசல்ட்ஸ் வந்தது.

அந்த 7 எலும்புகளும், 7 வெவேறு மனிதர்களுடையது என்று, அந்த 7 பெயரை பற்றி விசாரிக்க தொடங்கினான்.

அந்த 7 பேரில் 3 பேர் இறந்தவர்கள்,மீதம் உள்ள 4 பேரை தேடத்தொடங்கினான். அந்த 4 பேரை பற்றி விசாரிக்க தொடங்கினான்.

ஆனால் அவர்கள் யாரும் தற்போது எங்கு இருக்கிறார்கள் என்பது அவனால் கண்டு புடிக்க முடியவில்லை. இதனை வைத்து ஒரே விஷயம் மட்டும்தான் கண்டுபிடிக்க முடிந்தது. அடுத்த கொலை கண்டிப்பாக கோடம்பாக்கம் ஸ்டஷன் தான் என்று. ஏனென்றால் இரண்டு கொலைகளும் அடுத்த அடுத்த ஸ்டேஷன்யில் தான் நடந்து இருக்கிறது.

அவன் பயந்தது போல் அன்று இரவு ஒரு மெசேஜ் வந்தது. ***"Match Tomorrow, get Ready!! "*** என்று

மறுநாள் கோடம்பாக்கம் ஸ்டேஷன் மொத்தமும் தீவிரமாக கண்காணிக்கப்பட்டது, சென்னை மொத்தமும் பாதுகாப்பு பலப்படுத்தப்பட்டது.

கோடம்பாக்கத்தில் நிற்கும் எல்லாம் ரயில்களும் சோதனைகள் மேற்கொள்ளப்பட்டது. விக்ரம் இவ்வளவு தடைகளையும் தாண்டி எப்படி கொலை நாடாகும் என்பதை பார்ப்போம் என்ற தைரியத்தில் இருந்தான்.

அப்போது ஒரு போன் கால் விக்ரமிற்கு வந்தது ***"Welcome back hero, The death is on the way"*** என்று சிரித்து கொண்டே கூறிவிட்டு கட் செய்தான்.

விக்ரம் அந்த கால்யை ட்ரெஸ் செய்ய சொன்னான். அந்த போன் வந்த லொகேஷன் இப்போது கோடம்பாக்கத்தை நோக்கி வந்துக்கொண்டுள்ளது என்று ரிப்போர்ட் வந்தது.

ஒரு டெல்லி செல்லும் அதிவேக ரயில் ஒன்று வேகமாக கோடம்பாக்கத்தை நோக்கி வந்தது,

அந்த ரயிலில் இருந்து ஒரு கப்பார்ட்மர்ண்ட்க்கு வெளியே ஒரு கை வந்தது ஒரு பையை பிலாட்பார்ம்யில் போட்டது. ரயில் வேகமாக கோடம்பாக்கத்தை கடந்தது.

விக்ரம், வேகமாக அந்த பை இருக்கும் இடத்திற்கு ஓடினான், அதில் இந்த முறை ராஜீவின் தலை மட்டும் தான் இருந்தது. இந்த

முறையும் அவனால் கொலையை தடுக்க முடியவில்லை. விக்ரம் கண்களில் கண்ணீர் வந்தது. அப்போது ஒரு போன் கால், *"The finishing Shot is yet to come "* என்று கூறிவிட்டு கட் செய்தான்.

விக்ரம் கோவத்தில் போன்னை தூக்கி போடு உடைதான்.

மறுநாள் விக்ரம் கமிஷனர் ஆபீஸிற்கு சென்றான். கமிஷனர்யிடம், "சார் நான் இந்த கேஸ்யில் இருந்து வெளியேறுகிறேன் சார், அப்புறம் எனக்கு சில பிரச்சனைகள் மனரீதியாக இருக்கிறது அதனால் ஒரு மாதம் மெடிக்கல் லீவ் வேண்டும்" என்று கேட்டான்.

அவனின் கோரிக்கையை ஏற்று அவனை இந்த கேஸில் இருந்து நீக்கி லீவ் கொடுத்தார்.

விஷியம் தெரிந்து காரத்திக் விக்ரமை பார்க்க வந்தான் அவனிடம் "ஏன்டா கேஸில் இருந்து வெளியே வந்த?" என்று கேட்டான்.

அதற்கு விக்ரம் இந்த காக்கி சட்டையை அந்த கில்லரை கொலை செஞ்ச அப்புறம் தான்டா போடுவேன், அவன் என்னை ரொம்பவே சீண்டி பாத்துதான்" என்றான். "எனக்கே சவால் விட்டு செய்யுறான் இனிமேல் போலீஸாக இருக்க கூடாது. அவன் நம்பர் 4னு குறிவைச்சது எனக்குதான். அவன் எப்படி என்ன கொல்றானு பாப்போம்" என்றான்.

பிறகு இருவரும் நாளை முதலில் அர்ஜுனை பார்க்க பெங்களூரு போக திட்டமிட்டு கிளம்பினர்.

மறுநாள் பெங்களூருக்கு சென்று அங்கே தேடி அர்ஜுன் வீட்டிற்கும் சென்றனர். அங்கே, வாசலில் ஒருவன்,

"சார், நான் ஜீவன், உங்களுக்கு யார பார்க்கனும்?" என்று கேட்டான்,

விக்ரம், "நான் அர்ஜுனை பார்க்க வந்தேன். அவரால் தான் என் உயிரை காப்பாற்ற முடியும்" என்றான்.

அதற்கு ஜீவன் "அர்ஜுனை இப்போது மீட் பண்ண முடியாது சார், அவன் கொஞ்ச நாளாக யாரையும் மீட் பண்றது இல்லை, அவன் இப்போது குடி பழக்கத்திற்கு அடிமை மாதிரி ஆயிட்டான், யாருடைய கனவுகளையும் அவன் கேக்குறதும் இல்லை சார், நான் இப்போதான் சார் அவன் பீ.ஏ . ஆனா சின்ன வயசுல இருந்து அவனோட நண்பன் சார்" என்றான்.

"சரி அர்ஜுன் ஏன் அப்படி ஆனான்?" என்று விக்ரம் கேட்டான்,

அதற்கு ஜீவன், "அர்ஜுனின் வெற்றியை மட்டும்தான் சார் இந்த உலகிற்கு தெரியும் ஆனால் அதுக்கு பின்னாடி ஒரு பெரிய வலி இருக்குது சார் என்று சொல்லிவிட்டு," அதை பற்றி கூறத்தொடங்கினான்.

"அர்ஜுன் சிதம்பரம், இன்று தான் ஒரு பெரிய ஆனிரோலொஜிஸ்ட் ஆனால் இதற்கு முன்பு ஒரு மெக்கானிக்கல் இன்ஜினியரிங் ஸ்டுடென்ட், மிடில் கிளாஸ் பேமிலி தான், ஆனால் நல்லா படிப்பான். அவனுக்கு பெரிய நண்பர்கள் வட்டம் எல்லாம் கிடையாது, நான் மட்டும்தான், இப்போவும் தனிமையாதான் இருப்பான். இவனோட கேரக்டர் மத்தவங்களுக்கு பிடிக்காது, அதனால் எல்லோரும் அவாய்ட் பண்ணுவாங்க, அப்போ அவன் வாழ்வில் வந்த மேஜிக் தான் தீக்ஷா.

அவள் அர்ஜுனை லவ் பண்ணா, அர்ஜுனிடம் பேசினாள்,

அவனோட தனிமையான நாட்களை எல்லாம் அழகாக மாற்றினாள், அர்ஜுனுக்கும் அவள் மேல காதல் வந்தது ரெண்டு பேரும் ரொம்ப சந்தோசமாக இருந்தார்கள், ஒருநாள் எல்லாத்தையும் மாத்திருச்சு, நைட் ரெண்டு பெரும் சினிமாவிற்கு போய்ட்டு அர்ஜுன் அவளை வீட்ல விட்டு வந்தான். அன்று இரவு,

தீக்ஷாவிற்கு ஒரு கனவு வந்தது, அது அவள் வாழ்க்கையை புரட்டி போட்டது, அந்த கனவு பற்றி மறுநாள் அர்ஜுனிடம் கூறினாள்.

அர்ஜுன், "கனவு தானே விடு எதுவும் ஆகாது "என்றான்,

அவள் அர்ஜுனை கட்டிப்பிடித்து அழுதாள், "இல்லை அர்ஜுன் எனக்கு பயமாக இருக்கு என்று, அவளை அன்று சமாதானம் செய்து வீட்டில் விட்டுட்டு வந்தான்.

மறுநாள் அர்ஜுனிற்கு டெல்லி செல்ல வேண்டிய வேலை வந்தது 3 நாட்கள் அங்கே இருக்க வேண்டும், தீக்ஷாவும் அவனை ஏர்போர்ட் சென்று வழி அனுப்பிவைத்தாள்,

அர்ஜுன்," இந்த டெல்லி ட்ரிப் அப்புறம் நம்ம கல்யாணம் தான் ரெடியா இருங்க மேடம் *I Love You*" என்று கூறிவிட்டு சென்றான்.

அது தான் அவன் கடைசியாக தீக்ஷாவை பார்த்தது, திரும்ப வந்தவுடன் அவளது கல்லறையைதான் பார்த்தான். "எப்படி நடந்தது? "என்று கேட்டான்.

அவன் விட்டு சென்ற அன்று முதல் அவனை நினைத்து தனிமையாகவே இருந்தாள். தனிமையில் மீண்டும் மீண்டும் அந்த கனவு அவளுக்கு ஞாயாபகம் வரத்தொடங்கியது. அவளால் அதை கட்டுப்ப-

டுத்த முடியவில்லை.

அவளுக்கு மனசிதைவு என்ற ஒரு நோய் வந்துவிட்டது, எது நிஜம் எது கனவு என்று அவளது மனதால் ஏற்றுக்கொள்ள முடியவில்லை, ஒரு நாள் தற்கொலை செய்த்து கொண்டாள்.

அதன்பிறகு அர்ஜுன் அவள் வீட்டிற்கு சென்றான். அங்கே அவளது ட்ராயிங் புக் கிடைத்தது, அதில் அவள் கண்ட கனவை வரைந்து வைத்திருந்தாள் அதை மட்டும் எடுத்துக்கொண்டு வீட்டிற்கு வந்தான், அந்த கனவை ஆய்வு செய்யவே ஆனிரோலஜி படிக்கதொடங்கினான், முடித்தவுடன் முதல் ஒரு சின்ன ஆபீஸ் மாதிரி வைத்து கனவுகளை கேட்டு சால்வ் - செய்தான்.

பிறகு படிப்படியாக வளர்ச்சி அடைந்தான், ஆனாலும் இன்னும் அவன் அந்த கனவின் அர்த்தம் மட்டும் கண்டுபிடிக்கவில்லை, நாட்களும் வருடங்களும் சென்றும் அதை கண்டுபிடிக்காமலே போய்விடுமோ? " என்ற பயத்தில் தற்போது குடி போதைக்கு அடிமையாக மாறிவிட்டான்", என்றான்.

பிறகு விக்ரம் சென்னையில் நடக்கும் தொடர்கொலை பிறகு அவன் உயிருக்கு இருக்கும் ஆபத்துகளை ஜீவனிடம் கூறினான்.

ஜீவன், "அர்ஜுனை பார்க்க அழைத்து சென்றான், அர்ஜுனிடம் ஜீவன் விக்ரமின் நிலைமையை கூறினான் . அர்ஜுன் விக்ரமின் கனவை கேட்க ஒத்துக்கொண்டான். பிறகு விக்ரம் தனக்கு வந்த கனவை கூறினான். கேட்ட பின்பு,

அர்ஜுன்,"சாரி சார், நீங்கள் இன்னும் 30 மினிட்ஸ் தான் உயிரோட இருக்க போறீங்க அதுதான் இந்த கனவு சொல்கிறது. ஆனால் அதற்கு முன்பு நான் உங்களுக்கு ஒரு சின்ன கதை சொல்லனும் என்றான்.

விக்ரம் பயத்துடன், "சொல்லுங்கள்" என்றான்,

அர்ஜுன் ஒரு சான்ட் கிளாக்கை எடுத்து விக்ரம் முன்பு வைத்தான். இது, "30 மினிட்ஸ் சான்ட் கிளாக் இது முடிந்த உடன் உங்கள் ஆயுள் முடிந்துவிடும் என்று கூறிவிட்டு கதையை தொடங்கினான்.

"2006- யில் கண்ணன் என்ற ஒரு பெரிய எழுத்தாளர் அவர் எழுதிய புத்தகம் ஒன்று "இலக்கு", அந்த புத்தகம் அவரோட வாழ்நாள் கனவு, அவரும் அதனை மிகுந்த சிரமப்பட்டு 5 வருஷமா எழுதி முடித்தார். அந்த புத்தகத்தை பற்றி இரண்டு பேருக்கு தெரியவந்தது. ராஜீவ் பிலிம் ஹவுஸ் நிறுவனத்தில் பணிபுரிந்த சஞ்சீவ் மற்றும் சங்கர்

அந்த புத்தகத்தை, படமாக கண்ணனுடன் பேச்சுவார்த்தை நடத்தியுள்ளனர், அவர்கள் இந்த கதைக்கு கொடுத்த விலை மிகவும் குறைவு என்பதால் அதை கண்ணன் மறுத்தார், இந்த கதை அந்த நிறுவனத்தில் படமாக மாறினால், ராஜீவ் பிலிம் ஹவுஸ் மக்களிடையே நல்ல வரவேற்பு பெரும் என்பதை சன்ஜீவ் சங்கர் இருவருக்கும் நன்கு அறிந்த விஷயமாக இருந்தது.

பிறகு மறுநாள் கண்ணன் இரவில் தற்கொலை செய்துகொண்டதாக செய்தி வெளிவந்தது, ஆனால் அது கொலை இல்லை கண்ணனை சங்கரும், சன்ஜீவும் கொலை செய்து அவரை ரயில் முன்பு தள்ளிவிட்டு உடல் சிதறி இறந்தார் பிறகு கண்ணனின் மகள் கடத்தி செல்லப்பட்டால், கடத்தி செல்லப்பட்ட கார் ஆக்ஸிடென்ட் ஆனது அதனை ஓடியது நீ தான், மிஸ்டர்.விக்ரம் ஐபிஸ், அந்த ஆக்ஸிடென்ட்யில் கண்ணனின் மகள் தலையில் அடிப்பட்டு தான் யாரு என்று கூட தெரியாமல் இருந்தால், பிறகு ஒரு அனாதை ஆசிரமத்தில் தான் வளர்ந்து படித்தாள், இந்த ஆக்சிடென்ட் ஞாபகம் இருக்கும் என்று நினைக்குறேன் உனக்கு,

இந்த ஆக்ஸிடென்ட்யில் அடிப்பட்டதால் 3வருடதிற்கு பிறகு அவளுக்கு பழைய நினைவுகள் கனவாக துரத்தி இறந்தாள் அது தான் தீக்ஷா, உனக்கு அனுப்பிய எலும்புகள் ஏழும் நீ பண்ண ஆக்ஸிடென்ட்யில் இறந்து போன உன் நண்பனின் குடும்பம். மூன்று போரையும் கொன்றது யார் என்று இனியும் நான் சொல்ல வேண்டியது இல்லை, ஆனால் உன்னைக் கொல்லப் போவது நான் இல்லை என்றான். நீ கொன்ற குடும்பத்தின் மகன், நீ கொன்றதால் உன்னுடன் நண்பனானவன், நீ செய்த ஒரு பெரிய தவறு குற்றவாளிகளுக்கு உதவியது , ஒரு நல்ல எழுத்தாளரின் வாழ்க்கையையும் உயிரையும் பிரித்து " என்று கதையை முடித்தான்.

இதை கேட்ட பின்பு ஆச்சர்யத்தில் எழுந்தான் விக்ரம், அடிப்பதற்காக கை ஓங்கியவன் அப்படியே கீழே விழுந்தான் பின்னாடி இருந்து கார்த்திக் துப்பாக்கியில் இருந்து வந்த தோட்டாக்கள் ....

விக்ரமின் விடைக் கிடைக்காத கனவின் விடைதான் அவனின் மரணம், அது தான் இந்த தொடர் கொலைக்கு முட்டுக்கட்டை போட்டது.

அன்று தீக்ஷவிற்கு வந்த கனவின் மறுபகுதியே விக்ரமிற்கு வந்த கனவு அதை வைத்து அர்ஜுன் பல வருடங்களாக அர்த்தம் கண்டுபி-

டிக்க முடியாமல் இருந்த தன் காதலியின் கனவின் அர்த்தத்தை அறிந்-தான்

"உலகத்திலேயே மிகப்பெரிய தண்டனை தனிமை அது தனிமையில் வாழ்பவர்களுக்கு மட்டுமே புரியும் , அதை நம்மால் முடிந்தவரை யாருக்கும் கொடுக்காமல் வாழ்வோம் "

கதை 10:வேஷங்கள் கலையாதோ

10

வேஷங்கள் கலையாதோ

சென்னை,2017 ஆகஸ்ட் 17

சென்னை காவல்துறைக்கு ஒரு போஈன் கால் வருகிறது.

"Sir, just 5mins more for a blast. This time it is technosys, Velachery branch, now I think I am taking your time more now you have just 4mins and 50secs; If you can just pls stop that, without investigating about me because it also takes some time, still you have 4mins and 40secs and sorry for disturbance bye-bye police".

காவல்துறை இந்த செய்தியை அறிந்தவுடன் ஒரு படை தடுக்கவும் மற்றொரு படை அவனை யார் என்று அறியும் முயற்சியில் ஈடுபடுகிறது. சரியாக 5 நிமிடம் 50 விணாடிக்கு பிறகு அவர்களுக்கு அடுத்த அறிவிப்பு வருகிறது. "டேக்நோசிஸ், வேளச்சேரி பிரஞ்ச் வெடித்து சிதறியது, மேலும் 100க் கணக்கானோர் மரணம் என்று, இந்த தீவிரவாத செயல் சென்னையை உலுக்கியது.

காவல்துறை அந்த மர்ம நபரை தேடும் வேட்டையில் இறங்கினர், அவர்களுக்கு வந்த போன் கால்லை வைத்து மர்ம நபர் யார் என்று

அறியும் முயற்சியில் இறங்கினர். அவர்கள் அந்த நம்பரை தங்கள் கவெர்மென்ட் டேட்டாபேஸில் கிராஸ்சேக் செய்யும் போது அது ஒரு இளைஞன் வாசுதேவன், என்பது அவர்களுக்கு தெரிய வருகிறதுவாசு-தேவனை தீவிரமாக தேடும் முயற்சிகள் முடுக்கிவிடப்பட்டது

6 மாதங்களுக்கு முன்பு,

சென்னை ,2017 பிப்ரவரி 28

வாசுதேவனுக்கு காலையில் ஒரு மெசேஜ் வருகிறது. “அதில் அரசின் ஆணைப்படி தங்களது தொலைபேசி என்னை ஆதார் என்னுடன் இணைக்க வேண்டும்” என்று, அதை பார்த்தவுடன் தன் நண்பன் வெங்-கட்யை அழைத்தான்.

“டேய் சீக்கிரம் வாடா, ஒரு வேலை இருக்கு என்று அழைத்து செல்கிறான், இருவரும் கடைக்கு சென்று முதலில் ஆதார் வேலையை முடிக்கின்றனர். பிறகு, வாசு, வெங்கட்டிடம், “மச்சான் நான் லவ் பன்ற பொண்ணு வீடு இந்த ஏரியால எங்கே இருக்கிறது என்று இன்று கண்-டுபிடிக்க வேண்டும்” என்று கூறினான்.

“போலாம் ஆனால் அந்த பொண்ணை இன்றாவது காட்டனும்" என்று வெங்கட் கூறினான்.

இருவரும் கிளம்பி அந்த ஏரியா முழுவதும் தேடினர், போகும் வழி-யில் வெங்கட், “எதை வைத்து அவள் வீட்டை கண்டுபிடிக்க போற ?" என்று கேட்டான்.

அதற்கு வாசு, "மச்சான் அவளோட Pink colour scooty எந்த வீட்டுல இருக்குனு பாரு, அதுதான் அவ வீடுனு" சொன்னான்.

அதற்கு வெங்கட், “அட பாவி உன்னை நம்பி வந்தேன் பாரு, ரெண்டு வீட்டுக்கு ஒரு வீட்டில் ஒரு pink scooty இருக்குடா இந்த ஏரியால, டேய், இதுக்கு நீ அவள் போகும்போது பின்னாடியே போயி-ருந்தன, வீட கண்டு புடிச்சிருக்கலாமேனு" கூறினான்.

வாசு,“வேண்டாம்டா...ஒரு பொண்ணு பின்னாடியே சுத்தி அவள டார்ச்சர் பண்ணி வேற வழியே இல்லாம அவள ஒத்துக்க வைக்கிறது

காதல் இல்ல மச்சான். அது ஒரு மெலிசான உணர்வுடா, இதலாம் புரிஞ்சிக்காம டார்ச்சர் பண்ணி பொண்ணுங்கள காதலிக்க வைக்கிறதுன தான் பிரேக்அப்கு காரணமா இருக்குது'' என்று கூறினான்.

வெங்கட்,''இப்படியே பேசிட்டு இரு கடைசி வரைக்கும் நீ சாமியார் தான் வா'' என்று அழைத்து சென்றான்.

மறுநாள் இருவரும் ஒரு கம்பனிக்கு சென்று வெளியே நின்றனர்,

வெங்கட்,''இங்க என் மச்சான் என்ன கூட்டிட்டு வந்தனு?'' கேட்டான்.

அதற்கு வாசு, "இங்க தான்டா அவளை முதல் முதலில் பார்த்தேன், இங்க தான் வேலை செய்கிறாள் இப்போது வருவாடா பாக்கலாம்'' என்று கூறிவிட்டு நின்றனர்.

அப்போது நீல நிற சுடியில் ஒரு தேவதை போல் ஒரு பெண் பிங்க் கலர் வண்டியில் வெளியே வந்தாள்.

வாசு, "மச்சான் இவள் தான்டா, நான் காதலிக்கும் பொண்ணுனு"என்று காட்டினான் , அதை கேட்டவுடன் வெங்கட் சிரிக்க தொடங்கினான், சிரித்து கொண்டே, "மச்சான் இவ செம அழக இருக்க கண்டிப்பா யாராவது காதலித்து கொண்டு தான் இருப்பாள் நீ பீல் பண்ணதானு'' கூறினான்.

பிறகு," உனக்கு அவள பத்தி என்னடா தெரியும் ஏதாவது குளு குடுடானு?" வெங்கட் வாசுவிடம் கேட்டான்.

மச்சான் அவள் பெயர் ஹார்சிகா இது மட்டும் தான் கண்டு பிடிச்சிருக்கேன்னு சொன்னான்.

அதற்கு "சரி வா பாதுக்காலம்'' அவனை அழைத்து சென்றான்.

டர்க்கி ,2017 மார்ச் 2,2017

Diyarbakir Prison - Turkey(World's largest prison)

Diyarbakir சிறையில் ஒரு தீ விபத்து ஏற்படுகிறது, அங்கு இருக்கும் கைதிகள் தப்பித்து செல்கின்றனர். அதில் டேனியல் தாமஸ் என்ற ஒரு குற்றவாளிகளிடம் தப்பித்து செல்கிறான். அந்த தீ விபத்திற்கும் அவனே காரணம். அவனுடன் சேர்த்து 150 கைதிகள் தப்பித்தனர். டர்க்கி காவல்துறையினர் அந்த தீ விபத்திற்கு காரணமாக இருப்பவரை

கண்டுபிடிப்பதைத்தும் தப்பிச்சென்ற கைதிகளை கைது செய்யும் முயற்சிலும் தீவிரமாக இறங்குகிறார்கள். வெளியே வந்தவுடன் டேனியலை அழைத்து செல்ல ஒரு ஹெலிகாப்டர் வருகிறது அதில் ஏறி செல்கிறான்.

டேனியல் தாமஸ் ***illegal hacking specialist*** அவன் பணத்திற்காக பல தவறான சைபர் கிரைம் வேலைகளை செய்து வந்தான்.அதை போல் டர்க்கியில் ஒரு கோடீஸ்வரனின் அக்கௌன்ட்டை hack செய்யும்போது உடன் இருக்கும் ஒருவனின் தூரோகத்தால் டர்க்கி போலீஸிடம் மாட்டினான். அவனுக்கு 5 ஆண்டு சிறை தண்டனை விதித்தது. அங்கு இருந்து தம் நண்பர்களின் உதவியுடன் தப்பிச் சென்றான். பிறகு அவனை காட்டிக்கொடுத்த அலெக்ஸ்யை தேடிச்சென்றான்.

சென்னை,மார்ச் 4, 2017

எல்லாம் ஒன் சைடு லவர்ஸ்கும் வரும் உணர்வுகள் வாசுக்கும் வந்தது. மறுநாள் அவளை பார்க்கும்வரை தூங்காமல் அவள் நினைப்பை மனதில் சுமந்து கொண்டு, தான் எப்படி எல்லாம் அவளுடன் வாழ வேண்டும் என்ற கனவுகளை கண் முடாமலே கனவு காணத்தொடங்கினான்.

காலை அவனுக்கு ஒரு நல்ல செய்தி வந்தது, அவள் பணிப்புரியும் அதே கம்பனியில் வாசுவின் நண்பன் விக்னேஷ் என்று ஒருவன் பணிப்புரிவது தெரிய வந்தது. மறுநாள் அவனை பார்க்க சென்றான். “அவளை பற்றி எல்லாம் எனக்கு தெரியனும்டா உனக்கு தெரிந்ததை" சொல்லு என்று கேட்டான்.

அவன் இன்னும் ஒரு வாரத்தில் சொல்கிறேன் என்று கூறினான். 2 மாதங்கள் சென்றது அவளை பார்க்கவும் முடியாமல் அவளை பற்றிய செய்திகளும் நண்பன் கூறவில்லை.

ஒரு நாள், ஒரு சோக செய்தீயை அவனுக்கு விக்னேஷ் கூறினான். “டேய் அவளுக்கு ட்ரான்ஸபிர் ஆர்டர் வந்திருச்சு, அவள் கொல்கத்தா செல்ல போகிறாள்"என்று,"இது ஒரு மாதம் முன்பு கிடைத்த செய்தி டா, இப்போ அவள் கொல்கத்தாவில் இருப்பாள்” என்று கூறினான்.

இதை கேட்டவுடன் சோகத்தில் "நன்றிடா" என்று கூறிவிட்டு வீட்டிற்கு வந்தான்.வீட்டிற்கு வந்து அவளின் போட்டோ ஒன்று அவளுக்கு தெரியாமல் அவன் எடுத்தது அவனிடம் இருந்தது, அதை பார்த்துக்கொண்டு கண்களில் கண்ணீருடன் தன் மனதில் இருக்கும் கேள்விகளை அந்த போட்டோவிடம் கேட்டுக்கொண்டு இருந்தான். பிறகு கொஞ்சம் நேரம் கழித்து தூங்கச்சென்றான்.

மறுநாள் டேக்நோசிஸ் கம்பெனியில் இருந்து வாசுவிற்கு கால் லெட்டர் வந்தது. அவனும் கிளம்பி சென்றான். அங்கே சைபர் கிரைம் போலீஸ் அதிகாரிகள் நிறைய பேர் இருந்தனர்.இன்று கால் லெட்டர் வந்தவர்களுக்கு மட்டும் ஒரு தனி மீட்டிங் நடந்தது, அதில் வாசுவும் இருந்தான்.

அந்த மீட்டிங்கில் நடந்தவை ***"Hi guys.I'm jayaprakash,Commissioner of police, cyber crime.*** இன்று இங்க இருக்கின்ற எல்லோரும் Ethical Hacking படிச்சவங்கனு தெரிஞ்சு தான் கால் லெட்டர் சென்ட் பண்ணிருக்கோம், Its an confidential mission and it should not be leaked. எங்களுக்கு ஒரு மிஷன்ல நீங்க ஹெல்ப் பண்ணபோறீங்க, some illegal hackers நம்ப நாட்டோட ஆதார் சிஸ்டம்மை hack பண்ண போறாங்கன்னு எங்களுக்கு ஒரு தகவல் வந்திருக்கு இது வெளிய தெரிஞ்ச பெரிய national issue ஆகும். அவுங்க hack பண்ண முடியாத அளவுக்கு ஸ்டாங்கா நம்ம டேட்டாபேஸ் மாத்தணும் and அவுங்க hack பண்ணும்போது reverse hack பண்ணி அவங்கள கண்டு பிடிக்கணும். We know that you can do this , நீங்க ஒவொருத்தரும் ஒரு ஒரு ஸ்டேட்டில் இருந்து வந்திருக்கீங்க. So be united and save our country and நீங்க இங்க செய்கிற வேலை யாருக்கும் தெரிய வேண்டாம். Be as a Technosys worker. Thank you என்று கூறி மீட்டிங்கை கலைத்தார்.

வாசுவும் இதை பற்றி வெங்கட்டிடம் கூட கூறாமல் வேளைக்கு சென்றான்.

மறுநாள் வேலை ஆபீஸில் வேலை இல்லாததால் பேஸ்புக் பார்த்துக்கொண்டு இருந்தான். அப்போது சஜஷனில் ஹர்ஷிகா ரமேஷ் என்று ஒரு idயை பார்த்தான், அதில் அவள் போட்டோ இருப்பதையும்

பார்த்தான். அந்த id க்கு request கொடுத்தான். பிறகு தினம் பத்து முறை அதை சேக் செய்தான். ஆனால் அக்செப்ட் செய்யவில்லை. ஒரு மாதம் கழித்து ஒரு நாள் எதிர்பாராமல் வாசுவிற்கு ஹர்ஷிகாவிடம் இருந்து மெசேஜ் வந்தது. அவனது ரெக்குவஸ்ட்டையும் அக்சப்ட் செய்து இருந்தாள். இருவருக்கும் இடையில் ஒரு நட்பு மலர்ந்தது அன்று வாசு மிகவும் சந்தோசமாக இருந்தான்.

டேனியல் தாமஸ் அன்று, ஜெயப்ரகாஷை சந்தித்து "welldone ஜெயப்பிரகாஷ் என் வேலையை ஈஸி ஆக்கிட்டீங்க இப்போ அவுங்களே ஆதார் சிஸ்டேம்ம hack பண்ணிடுவாங்க. நான் பண்ணவேண்டியது இல்லை இதுல சோகம் என்னனா அவுங்க எனக்காக வேலை செய்யு-றாங்கனு அவங்களுக்கே தெரியல ஏதோ நார்மல் டியூட்டினு எனக்காக hack பன்றாங்க, அப்புறம் ஜெயப்பிரகாஷ் நீங்க நடிச்சதுக்கான பெமென்ட் மறக்காம வாங்கிட்டு போய்டுங்க" என்று கூறி ஜெயப்பிர-காஷ்யை அனுப்பி வைத்தான்.

ஜெயப்பிரகாஷ் மற்றும் டானியலின் சூழ்ச்சியை பற்றி அறியாமலே தாங்கள் தான் ஆதார் சிஸ்ட்டதை hack பண்ண போகிறோம் என்று கூட அறியாமல் அனைவரும் டேக்நோசிஸ்ஸில் வேலை செய்து கொண்டு இருந்தனர். டேனியல் தினமும் வேலை செய்பவர்களின் நடவடிக்கைகளை கவனித்து வந்தான்.

ஒரு நாள்,வாசு வேலை செய்து கொண்டு இருக்கும் போது ஏதோ தவறு நடப்பதை கண்டு பிடித்தான் அதை மூன்று நாட்களாக ஆராய்ச்சி செய்தான் பிறகு அவனுக்கு தெரிய வந்தது யாருமே இதனை hack செய்யவில்லை நாம் தான் தினமும் அதை செய்ய முயற்சிக்கிறோம் என்று. அதில் இருந்து ஒரு வாரம் வேலைக்கு செல்லாமல் வீட்டிலயே அதை திருத்துவதற்கு முயன்றான். வாசுவின் நடவடிக்கைகளை கண்-டுபிடித்த டேனியல் அவன் தம் சூழ்ச்சியை கண்டுபிடித்து விட்டான் நம்மை நெறுங்கும் முன் அவனை தீர்த்து விட திட்டம் போட்டான். அதே சமயத்தில் ஆதார் சிஸ்ட்டமும் hack செய்யப்பட்டு மொத்த கண்ட்ரோலும் டேனியலின் கையில் வந்தது.

ஆகஸ்ட் 17, 2017

தடங்களை அழிக்க Technosys பில்டிங்க்கு பாம் வைத்தான். போலீஸ்க்கு இன்போர்மஷன் தெரிவித்துவிட்டு ஆதாரில் இருக்கும் வாசுவின் மொபைல் எண்ணை வைத்து பேசுவதுபோல் போலீஸ் கண்ட்-ரோலுக்கு தகவல் அளித்தான் பிறகு Technosys வெடித்து சிதறியது மறுநாள் காவல்துறை வாசுதேவனை கைது செய்தது.

மறுநாள் வாசு ஒரு தேச துரோகி என்று அனைத்து தொலைக்காட்சி ஊடகங்களில் செய்தி வந்தது, அத்துடன் அவன் ஒரு தீவிரவாதி Technosys குண்டுவெடிப்பு நிகழ்த்தியவன் என்றும் வந்தது. இதனை அறிந்தவுடன் ஹர்ஷிகா மிகவும் வேதனை அடைந்தாள். அவர்களுக்-குள் இருக்கும் நட்பு ஹர்ஷிகா மனதில் காதலாக உருவானது, அந்த சமயம் இந்த செய்தி அவளை காயப்படுத்தியது.

டேனியல் இந்திய மக்களின் தலை எழுத்தே இனி நம் கையில் தான் என்ற கர்வத்தில் மிகுந்த சந்தோசத்துடன் இருந்தான். மறுநாள் கோர்ட்க்கு வாசுவை அழைத்து செல்லும் வழியில் அவன் சென்ற வாகனத்தின் மீது துப்பாக்கி சூடு நடத்தப்பட்டது பிறகு வாசுவை ஒருவர் காப்பாற்றி சென்றார். அந்த வண்டி வெடித்தது மறுநாள் வாசு சென்ற வண்டி வெடித்து வாசுவுடன் சேர்த்து 8 போலீஸ் மரணம் என்ற செய்தி வந்தது.

வாசுவை காப்பாற்றியவர் நான் தான் அலெக்ஸ், "உனக்கு என்ன தெரியாது ஆனால் உன்னை சுற்றி என்ன நடக்கிறது என்பது எனக்கு தெரியும்"என்று கூறினான்.

பிறகு டேனியலின் சூழ்ச்சியை பற்றியும் டேனியலால் வரும் ஆபத்-துகளையும் கூறினான்.

பிறகு "நான் உன்னை காப்பாற்றியதற்கு ஒரு கரணம் உள்ளது" என்று கூறினான். நான் டேனியலின் நெறுங்கிய நண்பன் இருவரும் சேர்ந்து நிறைய பணக்காரர்களின் பணத்தை கொள்ளை அடித்துள்-ளோம். ஒரு நாள் டர்க்கியில் ஒரு தொழில் அதிபரின் பணத்தை இரு-வரும் சேர்ந்து கொள்ளை அடித்தோம். அதை வைத்து என் மகளின் கேன்சரை குணப்படுத்தலாம் என்று நினைத்திருந்தேன்.

ஆனால் மறுநாளே என்னை காவல்துறை கைது செய்தது என் அக்-கௌன்டில் பணமும் இல்லை அப்போது என் மகளை காப்பாற்ற முடி-யாமல் இறந்து போனாள். பிறகு எனக்கு தெரியவந்தது என்னுடைய பங்கையும் சேர்த்து எடுத்துக்கொள்ள அவன் என்னை மாட்டிவிட்டு

பணத்தை எடுத்துக்கொண்டான் என்று. அவனை பழிவாங்க, அனைத்து விஷயத்தையும் காவல்துறையிடம் கூறினேன் அவனையும் சிறையில் அடைத்தனர்,

நான் சிறையில் இருந்த தப்பிச்சென்றேன் பிறகு எப்படியோ அவனும் என்னை தேடி அலைந்தான் பிறகு அவன் வேலையில் கவனம் செலுத்தினான், அவனை கண்காணித்து கொண்டே வந்தேன். பிறகு நீ அவனிடம் அப்பாவியாக மாட்டிக்கொண்டாய் உன்னை காப்பாற்றிவிட்டேன் ஆனால் இப்போது நம் தேசமே அவன் கையில் உள்ளது" என்றான்.

வாசு அனைத்தையும் கேட்டுவிட்டு "சரி நான் என்ன செய்ய வேண்டும்?" என்று கேட்டான்.

அதற்கு அலெக்ஸ், "அவனை எதிர்த்து என்னுடன் போராட வேண்டும்" என்றான். வாசுவும் ஒத்துக்கொண்டான்.

அலெக்ஸ், "அவனை வீழ்த்துவது சுலபம் அல்ல மிகவும் புத்திசாளி அவனை வீழ்த்த நாம் திட்டம் போட வேண்டும்" என்று திட்டம் போடா தொடங்கினர்.

"அவனை நெருங்குவதற்கு முதலில் அவனுடன் இருக்கும் 5 பேரை கொள்ள வேண்டும் அப்போது தான் அவனை நெறுங்க முடியும்" என்றான்

"அந்த 5 பேர் , கிரிஷியான், டேவிட் , மாதிவ் , கிரெ மற்று ஐடென்" வாசுவிடம் அலெக்ஸ் கூறினான்.

பிறகு வாசு ஹர்ஷிகாவின் நியாபகத்தில் அவளோட fb ப்ரோபைலை பார்த்துக்கொண்டு இருந்தான்.

அப்போது அதில் ***Selfie with my dad*** என்று ஜெயப்ரகாஷ்யும் இருப்பதை கண்டு அதிர்ச்சி அடைந்தான்.

மறுபுறம் ஹர்ஷிகா வாசு இறந்து விட்டான் என்ற செய்தி அறிந்து அவனுடன் இதற்கு முன்பு பேசிய சேட்ஸ்சை படித்து கொண்டு அழுதுகொண்டு இருந்தாள்.

அப்போது திடீரென்று "Hi I'm still alive..." என்று வாசுவிடம் இருந்து மெசேஜ் வந்தது.

அதிர்ச்சியில் "Hey, I can't believe where are you now?" என்று கேட்டாள்.

Now, "right inside your heart" என்று ரிப்ளை வந்தது.

பார்த்தவுடன் “நான் உன்னை உடனே பார்க்க வேண்டும் என்று மெசேஜ் செய்தாள். “Waiting outside infront your gate” என்று ரிப்ளை வந்தது,

உடனே வீட்டை விட்டு வெளியே வந்தாள். வந்து வாசுவை வீட்டிற்கு அழைத்து சென்றாள், மழை பெய்தது

"எனக்கு ஒரு காபி கிடைக்குமா?" என்று கேட்டான். அவள் “yeah sure” என்று கூறிவிட்டு கிட்சேன்க்குள் சென்றாள். இருவரும் காபி குடித்தனர். பிறகு “ஒரு லாங் டிரைவ் போலாமா? வெளிய கார் பார்த்தேன்" என்று கேட்டான்.

இருவரும் லாங் டிரைவ்சென்றனர். அப்போது நடத்தை கூறினான் ஆனால் அவளின் அப்பாவை பற்றி அவளிடம் கூறவில்லை. "ஒரு ஒன் வீக் டைம் கொடு என் பிரச்சனை முழுசா முடிஞ்சிடும் எனக்காக வைட் பண்ணுவியா?" என்று கேட்டான்,

அவளும் "கண்டிப்பா" என்று கூறினாள்.

பிறகு வாசு அவளை வீட்டில் இறக்கி விட்டவுடன் அலெக்ஸ் இருக்கும் இடத்திற்கு சென்றான்.

அலெக்ஸிடம் "டேனியல் ஓட next move guess பண்ணிங்களா?" என்று கேட்டான்.

"இன்னைக்கு அதிசயம அந்த 5 பேரும் ஒரே இடத்துல மீட் பண்ணங்க, அப்படி 5 பேரும் மிஷன் இல்லாம மீட் பண்ணிக்க மாட்டாங்க ஏதோ பெருசா பண்ண போறான் ஆனால் என்னதுனு தெரியல". பிறகு அலெக்ஸ் வாசுவிடம் "நீ எங்க சென்று இருந்த?" என்று கேட்டான்.

"இந்த 5 மீனை விட திமிங்கலம் இருக்கிறது அதை பிடிக்க" என்று கூறினான். அலெக்ஸ் "புரியவில்லை" என்றான்.

"இவர்கள் 5 பேரை விட ஜெயப்பிரகாஷ்னு ஒருத்தன் இருக்கான் அவனுக்கு கண்டிப்பாக பிளான் தெரியும், அவன் வீட்டுக்கு நேற்று போனேன், காபி ஆர்டர் பண்னேன், அது வரதுக்குள்ள ஹிட்ட்டேன் வயர்லெஸ் கேமராஸ் மற்றும் சவுண்ட் ரெகார்டஸ் அவன் வீட்ல செட் பண்ணிட்டேன்.

ஒரு லாங் டிரைவ்ல அவனோட காரில் சென்றேன் அப்போது கேமராஸ் மற்றும் ரெக்கார்டர் செட் பண்ணிட்டேன். அவன் காரில் ஜிபிஎஸ் கூட செட் பண்ணிட்டேன், இனி சுவாரசியமான விஷயங்கள் மற்றும்

திருப்பங்களை பார்க்கலாம் என்று சொன்னான்.

அதன்பிறகு அவன் பேசுவதையும் அவர்களின் செயலையும் வைத்து டேனியலின் அடுத்த மூவை கண்டுபிடித்தனர். அது என்ன என்றால் இந்தியா நாட்டின் ராணுவ ரகசியம் அதை தெரிந்து கொள்ள பிரெசி-டெண்ட் மற்றும் பிரைம் மினிஸ்டரின் கைரேகை தேவைப்படும் அதனை ஆதாரில் இருந்து எடுத்து hack செய்ய முடிவு செய்தான்.

அதை எடுத்த மற்ற நாடுகளுக்கு விற்க முடிவு எடுத்தான் அப்படி hack செய்து அவனுக்கு எல்லாம் டிரான்ஸ்பர் பிராசஸ் நடந்துகொண்டு இருக்கும் போது நடுவில் ***"Sorry transfer failed"*** என்று ஒரு மெசேஜ் வந்தது, அவன் அதிர்ச்சியுடன் அதனை சரி செய்ய பார்க்கும் போது. ***"Somebody is interrupting our transfer"*** என்று வந்-தது.

அது என்னவென்றால் வாசு அவனது சிஸ்டமை hack செய்து இன்டெராப்ட் செய்து கொண்டு இருந்தான். பிறகு அந்த இடத்திற்கு ஜெயப்பிரகாஷ் வந்தான்.ஒரு துப்பாக்கியை எடுத்து டேனியல் தலையின் பின்னால் வைத்தான் கதவு மெதுவாக துறந்தது அலெக்ஸ்யும் வாசுவும் உள்ள வந்தனர். "Sorry sir" என்று ஜெயப்பிரகாஷ் டேனியிலிடம் கூறினான்.

30 நிமிடங்களுக்கு முன்பு,

வாசு, ஜெயப்பிரகாஷ்ற்கு கால் செய்தான் "Mr.ரமேஷ் அலியாஸ் ஜெயப்பிரகாஷ் உங்க கிட்ட ஒரு டீல் பேசனும் பேசலாமா ?என்று கேட்-டான்.

அவன் "யாரு நீ?, என்ன வேண்னு? என்று கேட்டான்.

"Sir நீங்க இப்போ, 17 15' E and 20 20'S Latitude and longitudeல cafe coffee day mount road branch பக்கத்துல நிக்கிறீங்க கரெக்டா?" என்று கேட்டான்.

ஜெயப்பிரகாஷ், "ஆமா நீங்க யாரு சும்மா பயம் புறுத்தாத" என்று கூறினான். அதற்கு வாசு, "சார் நீங்க பண்ண 420 வேலை டேனியல்-காக பண்ண பாம் ப்ளாஸ்ட் அந்த பாம் எங்க வாங்குனிங்க எவ்வளவு கொடுத்து வாங்குனீங்க எங்க வச்சிக்கணு எல்லா informationயும்

இருக்கு சார் கொஞ்சம் வாட்ஸாப்ப் சேக் பண்ணுங்க" என்று கூறினான்.

அவனுக்கு எல்லா டாக்குமெண்டும் வாட்சப்பில் வந்தது பார்த்தவு-டன் "நான் இப்போ என்ன பண்ணனனும் என்று கேட்டான்", அதற்கு வாசு சொன்ன அனைத்தையும் செய்தான். முதலில் டேனியளோட பாஸ்வொர்ட் , யூசர்நேம் அப்புறம் அவனோட பிளான் அப்புறம் அந்த 5 பேர் ஓட டீடைல்ஸ் எல்லாம் சொன்னான்.

தற்போது,

டேனியல் ஆபீஸ்யை 5 நிமிடத்தில் போலீஸ் மற்றும் ராணுவம் சுற்றியது. டேனியலை கைது செய்தது. ஜெயப்பிரகாஷ் வைத்த குண்டை டேனியல் வைத்ததாக ஆதாரங்கள் சமர்ப்பிக்க பட்டது, மேலும் டேனியலிடம் இருந்த ஆதார் டீடைல்ஸ் எல்லாம் அரசு திருப்ப பெற்று அதை இன்-னும் செக்கியூர் ஆக்க சைபர் கிரைம் சீப் ஆபீசர் ஆக வாசுவை நிய-மித்தது பிறகு வாசு நிரபராதி என்று கோர்ட்டில் தீர்ப்பு கூறி, போலீஸை சுற்று கொன்ற வழக்கில் அலெக்ஸ்யும் கைது செய்தது.

கோர்ட்டை விட்டு வெளியே வந்தவுடன் அதே ப்ளூ சுடியில் ஹர்-ஷிகா அங்கே வந்தாள். வாசு, ஜெயப்ரகாஷியிடம் "உங்கள கேஸ்சே இல்லாம காப்பாத்திருக்கேன் எனக்கு உங்க கிட்ட ஒரே ஒரு பர்மிஷன் லெட்டர் வேணும்?" என்று கேட்டான்.

வாசு , "ஹர்ஷிகா வந்தவுடன் உங்க பொண்ணுனும் நானும் லவ் பண்றோம் மாமா" என்று கூறினான்.

ஹர்ஷிகாவும் "ஆமாம் பா" என்று கூறினாள், பிறகு ஜெயப்பிரகாஷ் இருவரையும் பார்த்து சிறு புன்னகை செய்தார் .

எழுத்தாளருடன் இணைவோம்

இந்த புத்தகத்தை படித்த அனைத்து வாசகர்களுக்கும் எனது நன்றி, இந்த புத்தகம் மற்றும் கதைகளுக்கு கருத்துக்களை பதிவு செய்ய மற்றும் என்னுடன் உரையாட கீழ் சமூக வலைதள உள்ள முறைகளை பயன் படுத்திக்கொள்ளவும்

Gmail id: lokeshcandy54@gmail.com
Instagram id: write_o_phile
Twitter id: @lokesh10505310
Blog :write-o-phlie.blogspot.com

உங்களது கருத்துக்கள் என்னையும் நான் அடுத்து அடுத்து எழுத இருக்கும் புத்தகங்களையும் மேன்படுத்தும், இந்த புத்தகம் பிடித்திருந்தால் என்னை ஆதரிக்க மேல் உள்ள சமூக வலைத்தள பக்கங்களில் உங்களின் கருத்துக்-களை எனக்கு தெரியப்படுத்துங்கள்

www.ingramcontent.com/pod-product-compliance
Lightning Source LLC
LaVergne TN
LVHW040443051026
849517LV00002B/724
9798886061970